பாற்கடல், விடுத்தல், ராமராவணா

பாற்கடல், விடுத்தல், ராமராவணா

மூன்று கூத்துப் பிரதிகள்

பெருங்கட்டூர் பொ. ராஜகோபால் (பி. 1953)

திருவண்ணாமலை மாவட்டம், செய்யாறு வட்டம், பெருங்கட்டூர் கிராமத்தில் பாரம்பரியக் கட்டைக்கூத்துக் கலைஞர்கள் குடும்பத்தில் பிறந்தார். தந்தையார் ச. பொன்னுசாமி, நளாயினி மற்றும் கிருஷ்ணர் வேடங்கள் கட்டிப் புதிய பரிமாணத்துடன் ஆடும் ஆட்டத்திற்காகப் புகழ்பெற்றவர். தாத்தா சந்திரன், தாத்தாவின் அப்பா சுப்பன் மற்றும் அவரது குடும்பத்தைச் சேர்ந்தவர்கள் பலரும் முழுநேரக் கட்டைக்கூத்து ஆட்டக்காரர்களாகவும் இசைஞர்களாகவும் திகழ்ந்தார்கள்.

ராஜகோபால் தனது பத்தாவது வயதிலிருந்தே கட்டைக் கூத்துக் கலையில் ஈடுபட்டுவருகிறார். விடிய விடிய நடக்கும் கட்டைக்கூத்து நிகழ்ச்சிகளில் தந்தையின் குழுவில் குழந்தை வேடங்களில் நடித்து வந்தார். கட்டைக்கூத்தில் அவருக்கிருந்த மாறாத ஆசையினால் பள்ளிப்படிப்பைத் தொடர முடியவில்லை; ஆறாவது வகுப்போடு கல்வியை முடித்துக்கொண்டு முழுநேரக் கட்டைக்கூத்துக் கலைஞராகிவிட்டார். தந்தையாரின் எதிர்பாராத மரணத்தைத் தொடர்ந்து, ராஜகோபால் தனது பத்தொன்பதாவது வயதிலேயே தந்தையின் கட்டைக்கூத்துக் குழுவான பெருங்கட்டூர் பொன்னு சாமி நாடக மன்றத்தின் முழுப் பொறுப்பையும் ஏற்றுக் கொண்டார்.

மனைவி ஹன்னா எம். டி பூருயினுடன் காஞ்சிபுரத்தில் வசித்துவருகிறார்.

பெருங்கட்டூர் பொ. ராஜகோபால்

பாற்கடல், விடுத்தல், ராமராவணா

மூன்று கூத்துப் பிரதிகள்

காலச்சுவடு பதிப்பகம்

பாற்கடல், விடுத்தல், ராமராவணா • மூன்று கூத்துப் பிரதிகள் • ஆசிரியர் : பெருங்கட்டூர் பொ. ராஜகோபால் • © பொ. ராஜகோபால் • முதல் பதிப்பு : பிப்ரவரி 2014, ஐந்தாம் (குறும்) பதிப்பு: டிசம்பர் 2019 • வெளியீடு: காலச்சுவடு பப்ளிகேஷன்ஸ் (பி) லிட்., 669, கே. பி. சாலை, நாகர்கோவில் 629001

paaRkaTal, viTuttal, raamaraavaNaa • Three Koothu Texts • Author: Perungattur Po. Rajagopal • © P. Rajagopal • Language: Tamil • First Edition: February 2014, Fifth (Short) Edition: December 2019 • Size: Demy 1 x 8 • Paper: 18.6 kg maplitho • Pages: 112

Published by Kalachuvadu Publications Pvt. Ltd., 669, K.P. Road, Nagercoil 629001, India • Phone: 91-4652-278525 • e-mail: publications@ kalachuvadu.com • Printed at Compuprint Premier Design House, Chennai 600086

ISBN: 978-93-82033-36-3

12/2019/S.No. 569, kcp 2479, 18.6 (5) 1k

கலைத் தாய்க்கு

பொருளடக்கம்

மூன்று கூத்துப் பிரதிகள்

கட்டைக்கூத்து

ராஜகோபால் பெற்ற பயிற்சியும் கூத்து அனுபவங்களும் வளம் செறிந்த வலுவான தமிழகக் கட்டைக்கூத்தின் சாத்தியக் கூறுகளை அறிந்துகொண்டு அதன் எல்லையையும் விரிவு படுத்த அவருக்கு உதவியாக இருந்துள்ளன. கூத்தின் தன்மையையும் சமூகப் பயன்பாட்டை யும் சிதைக்காத விதத்தில் பாரம்பரியத்தையும் நவீனத்துவத்தையும் கலந்து அளிப்பதற்கு ஏற்ற சமகால நிகழ்த்துகலையாகக் கட்டைக்கூத்தை அவர் கருதுகிறார். மறக்க முடியாத நிகழ்வுகளைத் தரும் கலையாகக் கட்டைக்கூத்தை அவர் உருவாக்கி வருகிறார். தான் நடிப்பது மட்டுமின்றி, 2002 முதல் அவரிடம் பயிற்சி பெற்றுவரும் திறமை யான இளைய தலைமுறைக் கலைஞர்களையும் கட்டைக்கூத்தில் ஈடுபடுத்தி வருகிறார்.

ராஜகோபால் பயிற்சி பெற்ற பெருங்கட்டூர் பாணி, திறந்த தொண்டையில் உணர்ச்சியுடன் பாடும் விதத்திற்குப் பெயர்பெற்றது. ஒரு முன்னணிப் பாடகர், சில பின்னணிப் பாடகர்கள், ஹார்மோனியம் மற்றும் முகவீணை ராகத்துக்கு, தாளம் (ஜால்ரா) மிருதங்கம் டோலாக்கும் தாளத்துக்கு கட்டைக்கூத்து மேளம் என்பது இவை அடங்கியது. கட்டைக்கூத்தின் வாத்திய

இசையும் வாய்ப்பாட்டும் இணைந்து ஒரு வித்தியாசமான உணர்ச்சி மிகுந்த ஒலிப்பரப்பை உருவாக்குகின்றன. பல்வேறு விதமான உணர்வுகளை – குறிப்பாக வீரம் மற்றும் துயரம் – தரக்கூடியவை.

தொடர்ந்து பத்து நாட்கள் திரௌபதி அம்மனுக்கு நடைபெறும் பாரத திருவிழாவின்போதோ அல்லது பிற முக்கியமான சமய சடங்குகளின்போதோ இந்த கூத்துக்கள் நிகழ்த்தப்படுகின்றன. தமிழ்நாட்டின் வடக்கு மாவட்டங்களில் கிராமப்புற மக்களின் ஏற்பாட்டிலும் ஆதரவிலும் இந்தக் கூத்து நடைபெறுகிறது.

ராஜகோபால் தன்னை முதலில் ஒரு நடிகராகத்தான் கருதுகிறார். வாத்தியார், இயக்குனர், எழுத்தாளர் போன்றவை அதன்பிறகே. நாற்பது வருடங்களாகக் கட்டைக்கூத்தின் எல்லா பிரதான பாத்திரங்களையும் ஏற்று நடித்த அனுபவங்களில் வேர்பெற்றவை அவரது எழுத்துக்கள்.

இந்நூலில் ராஜகோபால் எழுதிய மூன்று புதியக் கூத்துப் பிரதிகள் இடம்பெற்றுள்ளன.

கட்டைக்கூத்து சங்கமும் குருகுலமும்

கட்டைக்கூத்தை ஒரு முழுமையான நிகழ்த்துகலையாக முன்னிறுத்தவும் அனைத்துப் பாணி கட்டைக்கூத்துக் கலைஞர் களுக்கும் இடையே அனுபவப் பரிமாற்றத்திற்கான களத்தை அளிக்கவும் ஒரு அமைப்பு வேண்டும் என்று எண்ணிய ராஜகோபால் 1990இல் கட்டைக்கூத்துச் சங்கம் என்ற அமைப்பை ஆரம்பித்தார். கட்டைக்கூத்துக் கலையை இளைய தலைமுறைக்கு பயிற்றுவிப்பதற்கு 2002இல் காஞ்சிபுரம் அருகே புஞ்சரசந்தாங்கல் கிராமத்தில் கட்டைக்கூத்து குருகுலம் நிறுவப்பட்டது. முறையான பள்ளிக் கல்வியைத் தொடர்ந்த படியே கிராமத்துச் சிறுவர்களுக்கும் இளைஞர்களுக்கும் கட்டைக்கூத்தில் சிறந்த பயிற்சியை வழங்கும் இக்குருகுலத்தின் தலைமை வாத்தியாராக ராஜகோபால் ஆரம்பம் முதலே இருந்துவருகிறார்.

பால் வேற்றுமையைக் கடந்ததாகக் கலைகள் அமைய வேண்டும் என்பதை வலியுறுத்துபவரான ராஜகோபால், பாரம்பரியமாக ஆண்கள் மட்டுமே பங்குபெறும் கலையாக இருந்த கட்டைக்கூத்தில் கிராமத்துச் சிறுமியர்களும் இளம் பெண்களும் பங்கேற்க வழி ஏற்படுத்தினார். பல்வேறு நுணுக்கங்கள் கொண்ட இந்தக் கலையைப் பூரணமாக

அறிந்தவர்களாக தனது மாணவ மாணவிகள் அனைவரும் விளங்க வேண்டும் என்பதில் பிடிவாதமாக இருப்பவர் அவர். இசைப்பகுதியை நல்ல பிடிப்புடன் பாடுவது, சரியான சுருதி, நாலரைக்கட்டை சுவரம் பாடும் திறமை, மிருதுவான பாத அசைவுடன் கூடிய தீர்மானம்வரை அடவுகள், வேகமான கிரிக்கி மற்றும் பாட்டு அல்லது விருத்தங்களை வைத்து வசனம் உருவாக்கும் திறன், கதையோடு பொருந்திய அர்த்த முள்ள நகைச்சுவை போன்றவை இவற்றில் அடங்குபவை. கட்டைக்கூத்து குருகுலப் பயிற்சி மூலமாக உருவாக்கிய இளைஞர் குழு ஒரு புதியக் கட்டைக்கூத்துக்கு முத்தாய்ப்பு. ஆண் கலைஞர்களும் பெண் கலைஞர்களும் ஒருங்கே இடம்பெற்றுள்ள முதல் கட்டைக்கூத்துக் குழு இதுதான்.

காஞ்சிபுரம்   ஹன்னா எம். டி பூருயின்
17.12.2013

பாற்கடல்

(2002)

'பாற்கடல்' காஞ்சிபுரம் வேதாசலம் நகரிலுள்ள கட்டைக்கூத்து சங்கத்தின் திறந்தவெளி அரங்கில் முதல் முறையாக நிகழ்த்தப்பட்டது. 2002 பிப்ரவரி 2ஆம் தேதி (தை 20) முதல் மேடையேற்றம். இந்தக் கூத்தில் நடித்தவர்களும் பங்கேற்றவர்களும்:

உண்டு	– பொ. ராஜகோபால்
இல்லை	– நா. ராமலிங்கம்
வந்தனர்	– க. மகேஷ்வரன்
	மு. சண்முகம்
சென்றனர்	– மு. பொன்னுரங்கம்
	தா. நடராஜன்
துப்பாக்கி	– ரா. குமார்
சைக்கிள்காரன்	– சே. ஜயப்பன்
அசரீரி	– க.ஆ. ஓசுரான்
குடமங்கை	– பா. சரவணன்
சேவகர்கள்	– மு. மாசிலாமணி
	மா. சந்திரன்
	அ. பழனி
	க.ஆ. ஓசுரான்

மேளம்

ஹார்மோனியம்	– வ. கண்ணன்
மிருதங்கம்/டோலாக்	– த. ரங்கசாமி
முகவீணை	– சொ. சந்திரன்
பின்பாட்டு/தாளம்	– மு. கன்னியப்பன்

பாற்கடலின் கரு, பொ.ராஜகோபால், ஹன்னா எம்.டி பூருயின் இருவராலும் உருவானது. ராஜகோபால் வசனங் களையும் பாடல்களையும் எழுதினார். உடையலங்காரம் மேடையமைப்பு ஹன்னா. ராஜகோபாலும் ஹன்னாவும் இணைந்து கூத்தை தயாரித்து இயக்கினார்கள்.

2005இல் சங்கத்தின் சார்பில் நடத்தப்பட்ட கூத்து விழாவில் கட்டைக்கூத்துக் குருகுலத்தில் இளம்கலைஞர்களால் – சிறுவர், சிறுமியர் இருபாலரும் – மீண்டும் நிகழ்த்தப்பட்டது. பொ. ராஜ கோபால், எவ்லின் புலன்ஸ் இருவரும் கூத்தை இயக்கினார்கள். நெதர்லாந்தின் M 90 குழுவைச் சேர்ந்த கிருஸ்டா டென் பிரங்கு மற்றும் எவ்லின் புலன்ஸ் ஆடை மற்றும் அரங்கத்தினை வடிவமைத்தார்கள். குழந்தைகளின் கைவண்ணத்தில் உருவான சித்திரங்களை வைத்து மேடை அலங்காரப் பொருட்களைக் கட்டைக்கூத்து குருகுலத்தின் மாணவர்கள் உருவாக்கினார்கள்.

2006இல் மும்பையில் நடந்த பிரித்வி நாடக விழாவில் ஆங்கிலக் குறிப்புகளுடன் கட்டைக்கூத்து குருகுல மாணவர் களால் நிகழ்த்தப்பட்டது. சூ ரிஸ் உருவாக்கியிருந்த வீடியோ காட்சிகளும் அனிமேஷன்களும் மேடையில் நிகழும் காட்சி களுக்கு மௌனமான விளக்கப் பின்னணியாக அமைந்து பாற்கடலுக்குப் புதியதொரு பரிமாணத்தை அளித்தது. பொ.ராஜகோபால் இயக்கிய இந்த நிகழ்வுக்கு ஹன்னா எம்.டி பூருயின் வடிவமைத்த உடையலங்காரங்களை அ.பழனி தயாரித்துக் கொடுத்தார்.

கூத்தின் வரலாறு

ராஜகோபால் 2001இல் ஆம்ஸ்டர்டாமில் தங்கியிருந்த போது, பல நாட்டு கலாச்சாரத்தில் கலந்துவாழும் பகுதியி லிருந்த ஒரு பூங்காவில் தெருச் சுற்றி திரிபவர்களின் கூட்டம் ஒன்று கூடி விளையாடுவதை அவர் கவனித்துக்கொண்டிருப்பார். அவர்கள் என்ன பேசிக்கொள்கிறார்கள் என்பதை அவரால் புரிந்துகொள்ள முடியாவிட்டாலும், எப்படி என்று நிச்சயிக்க முடியாத அந்தப் நாடோடிகளின் நடத்தையும் அவர்கள் மத்தியில் திடீரென்று ஏற்படும் சண்டையும் அவரை ஈர்த்தன. அவர்களின் உணர்ச்சிப்போக்கு சட்டென்று மாறிக்கொண்டே யிருந்தது. தீவிரமாக நடந்துகொண்டிருக்கும் சண்டை திடீரென சிரிப்பும் கும்மாளமுமாக மாறிவிடும்; அவர்களோடு எப்போதும் சுற்றிக்கொண்டிருக்கும் கழுத்தில் சிவப்புப்பட்டைக் கட்டிய ஜெர்மன் ஷெப்பர்டு நாயின் மேல் திடீரென பாசம்பொங்கி கொஞ்சுவார்கள். பியரைக் குடித்துக்கொண்டே அவர்கள்,

                                                           பொ. ராஜகோபால்

அந்த பூங்காவிலிருந்த கலங்கிய குட்டையில் தூண்டிலை இட்டபடி ஒரு ஸ்டூலில் அமர்ந்திருக்கும் அமைதி நிரம்பிய ஒரு முதியவரை நட்புரிமையுடன் கிண்டல் செய்வார்கள். மீனைப் பிடித்துப் பிடித்துத் தண்ணீரிலேயே மீண்டும் போடும் அந்த மனிதரின் நடத்தை அவர்களை மிகவும் குதூகலமடைய வைக்கும் அர்த்தமின்மை, விச்ராந்தித்தனம், என்ன நடக்கும் என்று அறிய முடியாமை, சண்டையால் ஏற்படும் அமைதிக் குலைவு ஆகியவை ராஜகோபாலின் மனதில் கற்பனையைத் தூண்டி பாற்கடலை எழுத உந்தின.

தேவர்களும் அசுரர்களும் கடலைக் கடைந்தது பற்றிய இந்துப் புராணத்தின் சமகாலப் பகடியாக 'பாற்கடல்' அமைந்துள்ளது. கடலைக் கடையும் நீண்ட செயல்பாடும் இரண்டு கட்டியக்காரர்களின் இருவரின் வாழ்நாள்களும் இணைகின்றன. கூத்தின் துவக்கத்தில் பிறக்கும் ஒட்டிப் பிறந்த இரட்டையர் கூத்தின் போக்கோடு முதுமையடைகிறார்கள். தங்களின் அடையாளத்துக்கான இந்தக் கட்டியக்காரர்களின் இருத்தல் சார்ந்த தேடலும் முதன்மைப் பாத்திரங்களான 'வந்தனரும்', 'சென்றனரும்' பொருளீட்டும் ஆசையும், இன்றைய உலகில் நிலவும் அதிகாரத் துஷ்பிரயோகம், இயற்கை வளங்களைச் சுரண்டுதல் இவற்றோடு பொருத்திக் காட்டப்படு கின்றன. சாதாரண மக்கள் மீதும் நாகரித்தின் மீதும் ஒட்டு மொத்தப் பூமியின் மீதும் இந்த அதிகாரத் துஷ் பிரயோகத்தால் ஏற்பட்டுள்ள விளைவுகளைக் கேள்விக்குள்ளாக்குகிறது இந்தக் கூத்து: இன்று கடலைக் கடைந்தால் என்னென்ன வெளியே வரும்? எவ்வளவோ பிரளயங்கள் நிகழ்ந்தபோதும் நாம் ஏன் இன்னும் இருப்பவற்றை எல்லோரும் பகிர்ந்து வாழ்தலைக் கற்றுக்கொள்ளவில்லை?

'பாற்கடல்' கூத்தை 2006இல் நிகழ்த்தியபோது பொ. ராஜ கோபால் எழுதிய கருத்து:

"இந்த கூத்து அடிப்படையில் இன்றைய உலக நடப்பு மீதான எனது சீற்றத்தின் வெளிப்பாடு; கடமை யுணர்வு இன்மையும் மனிதத்தன்மையோடு நடந்து கொள்ள முடியாத இன்றைய மனித குலத்தின் கையாலாகாதத் தனமும் என்னைக் கோபமும் மனச்சோர்வும் கொள்ளச் செய்கின்றன. கூத்து நடிகர்கள் முன்பணம் வாங்கும் வலைக்குள் விழுந்து விட்டார்கள்; சிலருக்கு அதைத் திருப்பிக் கொடுக்க வேண்டும் என்ற நோக்கம் கிடையாது. பணத்திற்கும் அரசாங்கப் புகழுக்கும் ஏங்கும் அவர்கள் அதற்காகத்

தங்கள் நடிப்பின் மேன்மையை துறந்துவிட்டார்கள். அவர்களுக்கிடையே இருக்கும் போட்டி மனப் பான்மை, அவர்கள் கலைஞர்களாக ஒன்றுபட்டுச் செயல்பட விடாமல் தடுத்துவிடுகிறது. உலக அரசியல் தலைவர்கள் பல ஒப்பந்தங்கள் செய்து கொள்கிறார்கள். அதிகாரத்திலிருப்போர் தங்கள் நலன்களைக் காத்துக்கொள்வதற்காகப் பிறரைப் பலியிடவும் தயங்குவதில்லை.

எதன்மீதும் அதிகப்படியான ஆசை நம்மையும் நாம் வாழும் இந்த பூமியையும் அழிவுக்குத்தான் கொண்டுசெல்லும் என்ற உண்மையை முன் னிறுத்துவது அவசியம். இந்த விஷயம் நாங்கள் நடத்தும் மகாபாரத கதைகளிலும் இடம்பெறுவது தான் என்றாலும், இவை பாரம்பரியக் கதைகள் என்பதால் மக்கள் இக்கதைகளுக்கு இன்று எந்தப் பொருத்தமும் இருக்காது என்ற எண்ணத்தோடு வருகிறார்கள். இந்தக் கூத்தின் வழியே கடலைக் கடைதல் என்ற புராண சம்பவத்திற்கும் இன்றைய நிகழ்ச்சிகளுக்கும் இடையே தொடர்பை உருவாக்கி காட்ட முயன்றிருக்கிறேன். இரண்டு ஊடகங்களை நான் ஒன்றிணைத்திருக்கிறேன்; இவ்விரண்டும் தத்தமது நிலையில் சமகாலப் பொருத்தமுடையவை; ஒன்று, ஒரு மனிதரிடமிருந்து மற்றொருவருக்கு நிகழ்த்துகலைகளின் வழியே விஷயங்கள் கைமாற்றம் பெறும் மரபுவடிவம்; மற்றது நவீனத் தொழில் நுட்பத்தையும் அதன் கலைஞர்களையும் பயன்படுத்தி உருவான நமது காலத்திய படைப்பு. நாம் – கால, தேச, வர்த்தமானங்களைக் கடந்து ஒருங்கிணைந்து – அழுத்திச் சொல்ல விரும்புவதெல்லாம் எவ்வளவோ 'வளர்ச்சி' அடைந்திருந்தபோதிலும் அமைதிக்கும், அடையாளத்திற்கும், பொறுப்புணர்வுக்கும், பகிர்ந் துணர்வுக்கும், வாழ்தலை உறுதிபடுத்தும் அன்பிற்கு மான தேவை இன்னும் இல்லாமல் போய்விட வில்லை என்பதைத்தான்".

'பாற்கடல்' வேறுவேறுபட்ட பார்வையாளர்களிடம் பேசுகிறது; கட்டைக்கூத்து என்ற நிகழ்த்துகலையின் சாத்தியங்கள் பற்றிய ராஜகோபாலின் அறிவுக்கு எடுத்துக்காட்டாக இது விளங்குகிறது. அவரது முந்தைய கூத்தான 'வெறியாட்டம் அல்லது தந்திரக்குறத்தி'யின் தொடர்ச்சியாக, நகைச்சுவை,

பொ. ராஜகோபால்

கட்டைக்கூத்திற்கேயுரிய பாத்திரங்கள், உணர்ச்சி பாவமிக்க உரையாடல்/பாடல்கள் ஆகியவை இதிலும் மையமாகத் திகழ்கின்றன. கேட்பதற்கு எளிமையாகத் தோன்றும் வசனங்கள், மரபும் நவீனமும் கலந்த காட்சிகள் ஆகியவை கிராம மட்டத்திலும் பிரபஞ்ச அளவிலும் அமைதிக்கும் மனிதகுலம் மற்றும் பூமியின் இருப்புக்கும் ஆபத்தான நடவடிக்கைகளைக் குறிப்புணர்த்துவதாக அமைந்துள்ளன.

கூத்தின் வடிவம்

பாற்கடலின் கரையொன்றில் வானத்திற்கும் பூமிக்கும் தொங்கிக்கொண்டிருக்கும் ஒரு பிரம்மாண்டமான முட்டையி லிருந்து கட்டியக்காரர் இரட்டையர்களான 'உண்டு', 'இல்லை' இருவரின் அற்புதப் பிறப்புடன் கூத்து தொடங்குகிறது. அவர்கள் பரஸ்பரம் தலைமுடிகளால் பிணைக்கப்பட் டுள்ளார்கள். தனித்தனியாகப் பிரித்துவிட வேண்டும் என்ற அவர்களின் ஆதங்கம், அவர்களின் பிறப்பிற்கு முன்பும் பிறந்த உடனேயும் அவர்களிடையே சச்சரவை ஏற்படுத்துகிறது. கூத்து முழுவதும் 'உண்டு', 'இல்லை' இருவரும் கூத்தின் மையப்பாத்திரங்களான 'வந்தனரும்', 'சென்றனரும்' – பொருள் வளத்தையும் மரணமில்லா பெருவாழ்வை அளிக்கும் அமிர்தத்தைத் தேடி வருபவர்கள் – கடலைக் கடையும் நிகழ்வு மீதான தொடர்ச்சியான தங்களின் விமர்சனத்தைத் தருகின்றனர். பூமியை ஒன்றுமில்லாமலாக்கி ஸ்தம்பிக்க வைத்துவிட்ட ஒரு பேரழிவிலிருந்து தப்பிப் பிழைத்தவர்களாக வந்தனரும், சென்றனரும் இந்தக் கூத்தில் படைக்கப்பட் டுள்ளார்கள். புராணத்தில் இடம்பெற்ற தேவர்களையும் அசுரர்களையும் போலவே, இவ்விரு குழுவினரும் வலிமையிலும் தோற்றத்திலும் ஒற்றுமை நிரம்பியவர்கள்; எனவே பரஸ்பரம் பிரித்தறிய முடியாதவர்கள். ஒரு குழுவினர் மற்றொரு குழுவினரை சந்தேகக் கண்கொண்டே பார்க்கின்றனர். ஆனால் கடலைக் கடைந்து பொருள் பெற்றுவிட வேண்டும் என்ற பேரவா இணைந்து வேலை செய்ய அவர்களை உந்துகிறது. வந்தனரும் சென்றனரும் கட்டைக்கூத்துக்கேயுரிய – அந்த பெயருக்கான காரணமான – போர்வீரர்கள் அணியும் கிரீடங்கள், தோள் மற்றும் மார்பு கவசங்களை அணிந்தவர் களாக மேடையில் தோன்றுகிறார்கள். ஆனால் பாரம்பரியக் கட்டைக்கூத்து வீர கதாபாத்திரங்களைப் போலில்லாமல் எதிர்மறையம்சங்களைக் கொண்ட இவர்கள் சாதாரணமான ஏழை மக்கள்; வளமான வாழ்வைத் தேடி அலையும் அவர்கள் நல்லவரும் அல்ல கெட்டவரும் அல்ல. ஒருவிதத்தில் அவர்கள்

நம்மை போன்றவர்கள். ராஜகோபால் கூறுவதைப்போல "நாமே சில நேரங்களில் வந்தனராகவும் சில நேரங்களில் சென்றனராகவும் இருக்கிறோமல்லவா?"

நிலையாகிப்போய் வாழ்வையிழந்திருந்த பூமி, கடலைக் கடைவதில் மீண்டும் செயல்படத் துவங்குகிறது. கடைவதனால் வெளியே வரும் பொன்னும் பொருளும், போர்க் கருவிகளும், அமிர்த்தைத் தருவதாக வாக்களிக்கும் குடமங்கையும் வந்தனரையும் சென்றனரையும் அறம் தடுமாறச்செய்து பூமியை மீண்டும் அதனது பழைய நிலையாகிய அசைவற்றத் தன்மைக்கு இட்டுச் செல்கின்றன. வந்தனரும் சென்றனரும் ஒன்றுமற்ற ஏழையாகிவிடுகின்றனர்; குடமங்கை பாற்கடலுக்குத் திரும்பி விடுகிறாள்; இரட்டையர்களான உண்டு இல்லை அவர்கள் பிறந்த முட்டைக்குள் மீண்டும் சென்றுவிடுகின்றனர்.

பொ. ராஜகோபால்

விநாயகர் துணை

காப்பு விருத்தம்

வெற்றி படைத்திடும் – வெள்ளியின் கிரிவாழ்
விற்பன்ன நிமலனார் – உற்பவம் செய்த
கற்பக விநாயகர் – கொடுத்திடும் அருளால்
அற்புதக் கவிகள் – அடியேனும் பாட
பற்பல விதமாய் – பணிந்தனன் காப்பு

பாத்திரங்கள்

1. உண்டு

2. இல்லை

3. வந்தனர்

4. சென்றனர்

5. துப்பாக்கி

6. வானொலிக் குரல்

7. குடமங்கை

உண்டு: டேய் விடுறா. உள்ள இருக்கும்போது
தான் உண்டு இல்லைன்னு குடைஞ்சேன்னு
பார்த்தா, வெளிய வந்துமா விடுறா!

இல்லை: விடலான்னுதான் இழுக்கிறேன். ஆனா,
விடாம ஒட்டி இருக்கியேடா உண்டு!

உண்டு: அது என்னடா, உண்டு ..?

இல்லை: நீ தானடா சொன்ன, உண்டு இல்லலன்னு ...

உண்டு: அப்ப, என் பேரு உண்டு. உன் பேரு?

இல்லை: இல்ல.

இல்லை, உண்டு: உண்டு – இல்ல . . . உண்டு – இல்ல . . . உண்டு – இல்ல . . .

உண்டு, இல்லை: *(பாட்டு – வந்தேன் இதென்ன மெட்டு, புன்னகவராளி)*

ஒன்றாகவே பிறந்தோம்
பூலோகம் தன்னில்
ஒன்றாகவே பிறந்தோம்
ஒன்றாகவே பிறந்து
ஒன்றும் காணாததாலே
இன்று உலகந்தன்னில்
நின்று கண்டுபிடிக்க   (ஒன்றாகவே)

உண்டு: இல்ல . . . நல்ல பேரு தான். எல்லா வேலையையும் ஒண்ணா எப்படிச் செய்ய முடியும்? முதல்ல பிரிக்க னும்டா . . .

இல்லை: ஆமாண்டா. உண்டு, நீ அந்தப் பக்கம் இழு. நான் இந்தப் பக்கம் இழுக்கிறேன்.

வந்தனர், சென்றனர்: *(பாட்டு – மண்ணோடு என்ற மெட்டு)*

காடு மலை செடி நடந்து கடந்து
நாடு காணாமலே வாடி மெலிந்து
வீடு வாசலைத் தேடி அலைந்து
வந்தனர் சென்றனர் வந்தே நின்றனர்

சென்றனர்: நீங்கள் எங்களோடு நெடுந்தூரம் வந்துகொண்டே இருக்கின்றீர்கள். நீங்கள் யார்? ஊர்ப்பெயர் என்ன?

வந்தனர்: *(பாட்டு இருவர்)*

ஊரிருந்தும் பேரிருந்தும்
யாரிருந்தும் என்னபயன்
கூறுவது எங்களைத்தான்
வந்தனர் என்றே

வந்தனர் 1: நாங்கள் தான் வந்தனர்.

வந்தனர் 2: உங்களோடு வரலாம் என்று பார்த்தால் எங்கும் நிற்காமல் சென்றுகொண்டே இருக்கின்றீர்களே! நீங்கள் யார்?

சென்றனர்: *(பாட்டு – இருவர்)*

யாரென்று கேட்கின்றீர்கள்
பாரினிலே எங்களைத்தான்

                    பொ. ராஜகோபால்

நேரினிலே சொல்லுவது
சென்றனரென்றே

சென்றனர் 1: வந்தனரே! நாங்கள் தான் சென்றனர்.

சென்றனர் 2: எங்களுக்கு ஒன்றுமில்லை. எல்லாம் கிடைக்கத்
தேடிச் செல்கின்றோம்.

வந்தனர் 1: ஓ, அப்படியா!

வந்தனர் 2: அப்படியானால் நமக்கு வீடில்ல வாசலில்ல
மாடில்ல மனையில்ல . . .

சென்றனர் 2: நீரில்ல நிலமில்ல பொன்னில்ல பொருளில்ல
சொத்து பத்துன்னு எதுவுமேதான் இல்ல!

வந்தனர் 1: அதனாலதான் சொல்றேன் . . . எப்படியும் நாம
அதச் சம்பாதிக்கணும்.

சென்றனர் 1: அதற்கு இங்கிருந்தா எப்படி? தேடிச் சென்றால்
தான் கிடைக்கும்.

உண்டு: யாரையா போறது?

இல்லை: கொஞ்சம் இப்படி வாங்க. எங்களைப் பிரிச்சி
விடுங்க.

வந்தனர் 2: யாரோ அழைக்கிறார்கள் . . .

சென்றனர் 2: வாங்க பார்ப்போம் . . .

வந்தனர் 1: அய்யா! ஏன் அழைத்தீர்கள்?

உண்டு: எங்களைக் கொஞ்சம் பிரிச்சி விடுங்க . . . உங்களுக்குப்
புண்ணியம்.

இல்லை: ஆமாங்க ரொம்பப் புண்ணியங்க . . .

வந்தனர் 1: புண்ணியம் பார்த்தா, பெட்டி நிரம்பாதுங்க.

சென்றனர் 1: பிரிச்சா என்ன கொடுப்பீங்க?

உண்டு: இல்ல

வந்தனர் 2: இல்லையாம், வாங்கையா போலாம்.

உண்டு: இருங்கையா, இவன் பேரு இல்ல!

சென்றனர் 2: அப்ப உன் பேரு?

உண்டு: உண்டு.

இல்லை: டேய் உண்டு! நீ சும்மா இரு. அய்யா எங்களிடம் ஒண்ணுமில்லை. ஆனா பொருளிருக்கின்ற இடம் எங்களுக்குத் தெரியும்.

வந்தனர் 1: எங்கே இருக்கு? சொல்லுங்கள்.

உண்டு: எல்லாம் தண்ணிக்குள்ளதான்.

வந்தனர் – சென்றனர் (நால்வர்): என்ன தண்ணிக்குள்ளயா?

உண்டு: ஆமாம். பாற்கடலல்ல நிறைய பொருள் இருக்கு ...

சென்றனர் 1: அந்தப் பொருள் எப்படிக் கிடைக்கும்?

இல்லை: முதல்ல எங்களைப் பிரிச்சி விட்டா, சொல்லுவோம்.

வந்தனர் 2: சென்றனரே! இல்லையை நீங்கப் பிடிங்க, உண்டை நாங்கப் பிடிக்கின்றோம். பிரித்து விடுவோம்.

இடம்: கடல்

சென்றனர் 1: சொல்லுங்கள் ... அந்தப் பொருள் கிடைக்க என்ன செய்ய வேண்டும்?

வந்தனர் 1: என்னென்ன கிடைக்கும்?

உண்டு: *(பாட்டு – மோகனம்)*

பொருளது கிடைத்திடவே – பாற்
கடலதைக் கடைந்திட்டால் கிடைத்திடுமே
அய்யா கிடைத்திடுமே
பொருளது கிடைத்திடவே

இல்லை: *(பாட்டு – மோகனம்)*

என்னென்ன கிடைக்குமென்று – அய்யா
எங்களுக்கே அது தெரியாது
அது தெரியாது
என்னென்ன கிடைக்குமென்று

சென்றனர் 1: என்ன தெரியாதா! எங்களை ஏமாற்றுகிறீர்களா?

உண்டு: *(பாட்டு)*

உண்டு உண்டு அமிர்தமுண்டு – அய்யா
முத்து பவள முதலானதுண்டு
முதலானதுண்டு   *(உண்டு)*

பொ. ராஜகோபால்

உண்டு: அய்யா, கோபப்படாதீர்கள். பொன், பொருள், அமிர்தம் முதலானதும் உண்டு. ஆனா நாம எவ்வளவு கடைகிறோமோ, அந்த அளவுக்குத்தான் கிடைக்கும். கடலைக் கடைவோம். பொருளைப் பெறுவோம்.

வந்தனர்: *(பாட்டு – ஓரடி ஆதி, மத்யமாவதி)*

> மட மடவெனவே அலைகடல் தன்னை
> கட கடவெனவே கடைந்திடுவோமே

சென்றனர்: *(பாட்டு)*

> திடமுடன் நின்று திருபாற்கடலைத்
> திருகியே கடைந்து திரவியம் பெறுவோம்

சென்றனர்1: பாற்கடலை எப்படிக் கடைவது?

இல்லை: அய்யா வந்தனரே! நீங்கள் ஒரு புறம் நின்று, அய்யா சென்றனரே, நீங்கள் ஓர் புறம் நின்று இழுத்தும் விடுத்தும் கடைய வேண்டும்.

வந்தனர்1: ஆமாம், அப்படியே கடைகின்றோம். கடலிலிருந்து வருகின்ற பொருளை எப்படிப் பிரிப்பது?

சென்றனர் 2: சம பங்காகத் தான் பிரிக்க வேண்டும்.

உண்டு: இல்ல – மூன்று பங்காகப் பிரிக்க வேண்டும். நமக்கும் உண்டு, இல்லையா ?

இல்லை: உண்டு. நமக்கும் உண்டு.

சென்றனர் 1: அதுதான் இல்லை. இரண்டு பங்காகத்தான் பிரிக்க வேண்டும்.

வந்தனர்2: நீங்கள் வேண்டுமானால் ஆளுக்கொரு பக்கம் சேர்ந்திடுங்க. அப்பச் சரியாப் போகுது.

உண்டு: இல்ல, வேறு வழி இல்ல.

இல்லை: உண்டு! சும்மாயிரு. அய்யா, நாங்க எந்தப் பக்கமும் வரவில்லை. ஆனா, பொதுவாக நின்று யோஜனை மட்டும் கேட்டா சொல்றோம்.

வந்தனர் 1: அதுதான் சரி. சென்றனரே! கடலைக் கடைவோம். சமபங்கு பெறுவோம்!

வந்தனர்2: *(விருத்தம்)*

> பாற்கடல் தன்னிலுள்ள
> பல பலப் பொருளையெல்லாம்

சீர் பெற எடுத்து யாங்கள்
சிலவுகள் செய்ய எண்ணி...

நேர்பட வருகுமென்று
நெடுங்கடல்தனிலிறங்கி
வேற்படையதை நினைத்து
விரைவினில் கடையலானோம்...

வந்தனர் 1: பிடித்து இழுத்துவிடுங்கள்.

சென்றனர்: *(பாட்டு – இருவர்)*

கடலைக் கடைவோம் – பாற்
கடலைக் கடைவோம்
கடலைக் கடைந்து
வருவதைப் பிடித்து
சென்றனர் வந்தனர்
சீக்கிரம் எடுத்து...

இல்லை: உண்டு! மாட்டிக்கிச்சிடா.

உண்டு: இல்ல. என்(னி)துல தான்... மாட்னாரு.

இல்லை: உண்டு, என்துல தான். நான் இழுக்கிறன்.

உண்டு: இல்ல, என்துலதான். நான் இழுக்கிறன்.

இல்லை: சும்மா இருடா. நான் இழுக்கிறன்.

உண்டு: டேய்! அடிக்கடி என்னச் சும்மா இருக்கச்சொல்ற. நீ சும்மா இரு. நான் இழுக்கிறன். அய்யையோ இதுதானா?

இல்லை: பெரிய சுறாமீனைப் பிடிச்சா மாதிரி ஆர்ப்பாட்டம் செய்தியே... பார்த்தியா! நான் இழுக்கிறன் பார்.

உண்டு: பெரிய திமிங்கிலம் பிடிச்சிட்டாரு இவரு... போடா... போய் வேற வேலையப்பாரு...

இல்லை: நீங்க ஏய்யா சும்மா இருக்கீங்க. நல்லா கடைஞ்சா தானே நமக்கு தேவையானது எல்லாம் வரும். பசி வேற வயிற்றக் கிள்ளுது..

உண்டு: ஆமாம்... ஆமாம்... நல்லா கடைங்க. பாடுபட்டால் தான் பலன் கிடைக்கும். நாங்க போயிட்டுக் கொஞ்ச நேரத்துல வந்திடறோம்.

வந்தனர்: *(பாட்டு – இருவர்)*

சென்றனர் சென்றனர் சென்றனரே
சென்று நின்று இழுமையா சென்றனரே

பொ. ராஜகோபால்

சென்றனர்: *(பாட்டு – இருவர்)*

வந்தனர் வந்தனர் வந்தனரே
வந்து வலித்து இழுமையா வந்தனரே

வந்தனர் 1: சென்றனரே! சீக்கிரம் இழுங்க.

சென்றனர் 1: வந்தனரே வந்து வலித்துவிடுங்க.

வந்தனர்: *(பாட்டு – இருவர்)*

கடலைக் கடைவோம் வாருங்கள்
நாம் அனைவரும் ஒன்றாய் கூடியே – பாற்
கடலைக் கடைவோம் வாருங்கள்

சென்றனர்: *(பாட்டு – இருவர்)*

முத்துப்பவளங்கள் முன்னதாய் வந்தால்
பத்திரமாகப் பகிர்ந்திட வேண்டும்

வந்தனர்: *(பாட்டு – இருவர்)*

பித்துப் பிடித்தது போல் பிணாத்துகிறீரே
சத்தியமாய் வந்தால் சரியாய்ப் பிரிப்போம்
வெத்துப் பேச்சுகள் பேசிடாமலே   *(கடலை)*

சென்றனர் 2: வரும் பொருளைச் சமபங்காய்ப் பிரிக்க வேண்டும்.

வந்தனர் 2: நாங்கள் பிரித்துத் தருகின்றோம்.

இல்லை: டேய் உண்டு! என்னதான் பசியா இருந்தாலும்,
இனிமேல் இந்த மாதிரி ஓட்டலுக்குப் போகக்கூடாதுடா.

உண்டு: ஏண்டா, என்கூட வராம பெரிய ஓட்டலாப் பார்த்துப்
போனியே . . . என்னாச்சு?

இல்லை: என்ன ஆச்சா? உள்ள போகக்கூடாதுன்னு
தடுத்திட்டான் என்னை!

உண்டு: ஏன் உன்னைத் தடுத்தான்?

இல்லை: இன்று அவசரமா காரிகை வேட்டியோடு வந்திட்டேன்.
இந்த மாதிரித் துணி போட்டு வரக்கூடாதான். நான்
கேட்டேன்: ஏய்யா முழுநிஜார், அரை நிஜார், வேட்டி,
துண்டு எல்லாந்தான் போகுது. நான் மட்டும் ஏன்
போகக்கூடாதுன்னேன்.

உண்டு: அதற்கு?

இல்லை: நீ போகக்கூடாது அவ்வளவுதான், அப்படின்னான். நான் உங்க ஓட்டல்ல சாப்டவே மாட்டேன்னு வந்துட்டேன்.

உண்டு: சரி சரி. கடலிலிருந்து என்னென்ன வருது பார்ப்போம்!

துப்பாக்கிச் சொற்கட்டு:

படடட பட பட பட பட
மடடட மட மட மட மட
தடடட தட தட தட தட
சடடட சட சட சட சட
சடக் சடக் சடக்

துப்பாக்கி: *(பாட்டு)*

நாட்டைத்தான் ஆட்டிப்படைக்கும்
இரட்டைக்குழல் துப்பாக்கி நான்
வேட்டையாடியே மாடு
மக்களை யழித்திடுவேன்

கோடான கோடி மக்கள்
கூடி வாழும் கோட்டைகளைக்
காடாக மாற்றிடுவேன்
ஏடாகூடமானவனால்

(நாட்டை)

வந்தனர் 1: அஹா! துப்பாக்கி வந்திருக்கு!

சென்றனர் 1: எங்களுக்கு வேண்டும்.

உண்டு: உண்டு. எல்லோர்க்கும் உண்டு. பொறுங்க!

இல்லை: இல்ல, ஏன் இப்படி அவசரப்படுறீங்க? நான் பங்கிட்டுத்தருவேன் இல்ல.

சென்றனர் 2: என்ன இல்லையா?

இல்லை: அப்படி இல்லைங்க. என்னைப் பற்றித் தெரியாதா? முதல்ல வந்தவரை விசாரிக்கிறேன்.

உண்டு: இல்ல! சும்மா இரு. நான் விசாரிக்கிறேன். அய்யா துப்பாக்கியாரே!

துப்பாக்கி: என்னையா?

உண்டு: உங்கள் பெருமையென்ன? சிறுமையென்ன?

                           பொ. ராஜகோபால்

இல்லை: வருத்தமென்ன பொருத்தமென்ன, திருத்தமா சொன்னா ...

உண்டு: உறுத்தி எழுதுவோம்.

துப்பாக்கி: *(பாட்டு)*

பார்தன்னிலே பரவிவருகின்ற
பகையைப் பார்த்திட்டேன்
பலப் பலவிதமாய்க் குண்டுகள் போட்டு
பகையைத் தீர்த்திட்டேன்

கடகடவெனவே காரியமதனைக்
கணக்காய் முடித்திட்டேன்
மட மடவெனவே மழலையர் கையில்
மாட்டி முழித்திட்டேன்

தட தடவெனவே கப்பல் உடைந்து
தரைக்குச் சென்றிட்டேன்
சடசடவெனவே கடைந்ததாலே
சடுதியில் வந்திட்டேன்

துப்பாக்கி: அய்யா நான் யார் யார் கையிலையோ இருந்து என்னென்னமோ செஞ்சிருக்கேன். ஆனா இந்தப் பசங்க கையில் மாட்டி முழிச்சேன் பாரு ... அதான் கஷ்டம். பிறகு கப்பலோடு கடல்ல இருந்தேன். இப்ப இங்க வந்திருக்கேன். இனி என்ன நடக்குமோ எனக்கே தெரியாது.

உண்டு: உண்மை தான். நீ சொன்னதை நாங்க அப்படியே எழுதி அனுப்புவோம்.

வந்தனர் 1: உண்டு, இல்லை ... அதோ பாருங்க. இன்னும் நிறைய துப்பாக்கிகள், பீரங்கிகள் எல்லாம் வருது.

உண்டு: *(பாட்டு)*

துப்பாக்கியும் தோட்டாக்களும் தோன்றி வந்தது
பீரங்கியும் தோன்றி வந்தது
வந்தப் பொருளைப் பிரித்திடவே வேலை வந்தது
வந்தனர்க்கு வேலை வந்தது

இல்லை: *(பாட்டு)*

ஆட்டோபாரு மோட்டார்காரு
அலையில் வருகுது கடைந்த அலையில் வருகுது

கேட்டுக்கொண்ட பொன்னும் பொருளும் பாட்டில் வருகுது பொன்னுராஜன் பாட்டில் வருகுது

உண்டு: ஆமாங்க வந்தனரே, சென்றனரே! ஆயுதங்கள் மட்டு மல்ல, இன்னும் நிறைய சைக்கிள், ஆட்டோ, காரு...

இல்லை: லாரி, வேனு, பஸ், உந்துவண்டி எல்லாம் உருண்டு பிரண்டு வருதே. செய்தி அனுப்புகின்றேன், கிழக்குப் பத்திரிகைக்கு!

உண்டு: இல்ல இல்ல. முதல்ல மேற்குப் பத்திரிகையில் தான் போடணும்.

இல்லை: கிழக்குப் பத்திரிகையில் தான் போடணும்.

வந்தனர் 2: ஏய்யா! வடக்கு, தெற்கு போடமாட்டீர்களா?

இல்லை: இது அங்கெல்லாம் பரவிடும்.

உண்டு: செய்தி அனுப்றேன். ஹலோ வானொலிங்களா? தூர்தர்ஷனா?

வானொலி: இரண்டுக்கும் இங்கே சொல்லலாம். நீங்க எங்கே இருந்து பேசறீங்க?

உண்டு: பாற்கடல் கரையிலிருந்து பேசறேங்க.

வானொலி: என்ன செய்தி அங்கே?

உண்டு: இங்கே வந்தனரும் சென்றனரும் கடலைக் கடையராங்க.

இல்லை: அதிலிருந்து துப்பாக்கி, பீரங்கி, சங்கு வாகனங்க இதுல்லாம் நிறைய வருது.

உண்டு: ஆனால், அவங்க எதிர்பார்க்கிற பொன்னோ பொருளோ அமிர்தமோ எதுவும் இன்னும் வர்ல.

இல்லை: வந்தா செய்தி அனுப்புகின்றோம்.

உண்டு: வணக்கம்.

வானொலி: வணக்கம்.

சென்றனர் 1: அய்யா வந்தனரே! கடலிலிருந்து வந்திருக்கும் ஆயுதங்களையும் வாகனங்களையும் பங்கு பிரிக்கலாம் முதலில்!

வந்தனர் 1: அதற்கென்ன அவசரம்? நாம் தேடும் பொருள் இன்னும் வரவில்லையே. வந்த பிறகு மொத்தமாகப் பிரிக்கலாம்.

பொ. ராஜகோபால்

சென்றனர் 2: அது வரை இப்பொருட்களை யார் பாதுகாப்பது?

இல்லை: அதற்கேன் கவலைப்படறீங்க, நாங்க எதற்கு இருக்கோம்?

உண்டு: வந்த பொருளையெல்லாம் நாங்க பார்த்துகிறோம். நீங்க கவலைப்படாமக் கடையுங்க.

இல்லை: நீங்க எதிர்ப்பார்க்கிற பொருள் கண்டிப்பா வரும். சீக்கிரம் கடையுங்க.

வந்தனர் 2: எல்லாப் பெருளையும் ஜாக்கிரதையாகப் பார்த்துக் கொள்ளுங்கள்.

இல்லை: நாங்க எடுத்துப் போய்...

உண்டு: ...வைக்கிறோம் நீங்க கடையுங்க.

வந்தனர்: *(பாட்டு)*

> கடைவோம் கடலதைக் கடனென
> கடுகியே சென்று திடமுடனே
> கடைவோம் கடலதைக் கடகடென

சென்றனர்: *(பாட்டு)*

> அரைப்போம் கடலதின் அலைநிகள
> சிரிப்போம் பொருள் வந்தாலே துன்பம் அகல

(கடைவோம்)

வந்தனர்: *(பாட்டு)*

> இரைப்போம் நாம் பாற்கடல் கதைமலர
> உரைப்போம் பொன்னுராஜன் கவிவளர

(இரைப்போம்)

குடமங்கை: *(பாட்டு)*

> வந்தாள் குடமங்கை மாது
> கரையதை நாடி
>
> இந்த உலகோர் வேண்டும் பொருளை
> அந்தம் மூலமாய் அளிக்கவே வல்ல

(வந்தாள்)

> சொந்த பந்தம் எண்ணிடாமல்
> விந்தையாகவே தந்தருளும்

(வந்தாள்)

வந்தனர்: *(பாட்டு)*

> அஹா யிதென்ன பதுமை – இந்த
> ஆழக்கடலில் வந்து
> அருமையாகத் தோன்றுது
> அஹா யிதென்ன பதுமை

சென்றனர்: *(பாட்டு – இருவர்)*

> ஓஹோ இதைப்போலே
> இது வரை கண்டதில்லை
> ஒப்பிட்டுப் பார்த்தாலே
> இதற்கு நிகரில்லை   (அஹா)

வந்தனர்: இது என்ன பதுமையா?

குடமங்கை: அன்பர்களே! நான் பதுமையில்லை, நான் ஒரு பெண்.

எல்லோரும்: பெண்ணா?

குடமங்கை: ஆமாம், பெண் தான்!

வந்தனர்: அப்படியானால் உன் பெயர்?

குடமங்கை: குடமங்கை.

சென்றனர்: குடமங்கை! நாங்க இந்தப் பாற்கடலைக் கடைந்து சலித்துப் போய்விட்டோம்.

குடமங்கை: ஆமாம், ஏன் இந்தக் கடலைக் கடைகிறீர்கள்?

வந்தனர் 2: எங்களுக்கோ ஒரு பொருளும் கிடையாது. அதனால் பொருளைத் தேடி வந்தோம். வந்த வழியில் இவர்களைச் சந்தித்தோம்.

உண்டு: நாங்கதான் சொன்னோம். கடலைக் கடைஞ்சா எல்லாம் கிடைக்கும்னு.

குடமங்கை: கிடைத்ததா?

இல்லை: கிடைச்சிது. நண்டு, நத்த, சங்கு, மட்ட, துப்பாக்கி, காரு, லாரி எல்லாம் வாரிவச்சிருக்கோம்.

சென்றனர் 1: எது வந்தென்ன, நாங்க எதிர்ப்பார்க்கிற பொருள் இன்னும் வரவில்லை. அதுதான் கஷ்டமா இருக்கு.

குடமங்கை: *(விருத்தம்)*

> உரியது பெறவே எண்ணி
> உழைத்திட்டீர் உண்மையாக

                    பொ. ராஜகோபால்

சிறியது வந்ததென்று
சிந்தை நீர் கலங்க வேண்டாம்...

உங்களுக்குப் பெரியது கொடுத்திடவே
வந்திட்டேன் இந்த வேளைக்
குரியது வைத்த தென்ன
குறிப்பிட்டுச் சொல்லுமையா...

சென்றனர் 2: நாங்கள் தேடும் பொருள் கிடைக்குமா?

குடமங்கை: *(பாட்டு)*

என்ன பொருள் வேண்டி நீங்கள்
கடல் கடைந்தீர்கள் – அய்யா
கடல் கடைந்தீர்கள்
அந்த பொருள் உங்களுக்குக் கிடைத்ததா சொல்லு

வந்தனர்: *(தர்க்கம்)*

சொல்லுகிறோம் குடமங்கை
சுருக்கமாகவே – நாங்கள்
சுருக்கமாகவே
எல்லையினில் உள்ள பொருள்
எல்லாம் வேண்டியே – கடல்
எல்லையினில் உள்ள பொருள் எல்லாம்
வேண்டியே

குடமங்கை: *(தர்க்கம்)*

வேண்டும் பொருள் உங்களுக்கு
வழங்கிடவேதான் – நானும்
வழங்கிடவேதான்
கொண்டு வந்தேன் குடந்தனிலே
எந்தன் கரத்திலே – நான்
கொண்டு வந்தேன் குடந்தனிலே
எந்தன் கரத்திலே

சென்றனர்: *(தர்க்கம்)*

(உன்) கரத்தினிலே காணும்பொருள்
என்ன தெரியலே – அது
என்ன தெரியலே
விளக்கமாகச் சொல்லுமம்மா
எங்கள் எதிரிலே – நீயும்
விளக்கமாகச் சொல்லுமம்மா எங்கள் எதிரிலே

வந்தனர் 1: அழகான பெண் என்று தெரிகிறது. ஆனால்...

இல்லை: நீ என்னென்ன வச்சிருக்கிறன்னுதான் அவங்களுக்குத் தெரியல.

உண்டு: ஆமாம். என்னென்ன உண்டுன்னு சொல்லு. அப்ப தான் எங்களுக்குப் புரியும்.

குடமங்கை: *(பாட்டு)*

> பாற்கடலில் வந்த – இந்த
> பாவை சொல்வேன் கேளீர்
> பாயிசமும் உண்டு
> பால் அமிர்தமும் உண்டு   (பாற்கடலில்)

குடமங்கை: அமுதபானமும் கொண்டு வந்தேன். இருக்க, இறக்க! அது மட்டுமல்ல...

இல்லை: வேற என்னா இருக்கு?

குடமங்கை: *(பாட்டு)*

> பளபளென முத்துப்
> பவளங்களும் இருக்கு
> அளவு சரியாய்ப் பிரித்து – சகல
> வளமும் பெற்று வாழ்வீர்   (பாற்கடலில்)

குடமங்கை: அளவிலாத முத்து, பவளம், விஷம், அமிர்தம் குடங்குடமாக வந்திருக்கு.

உண்டு: இன்னும் எதுனா உண்டா?

குடமங்கை: *(பாட்டு)*

> தகதகவெனத் தங்க
> துகளுகளும் உண்டு
> மிகமிகவே பொன்னு – அந்த
> ராஜன் மகிழக்கண்டு   (பாற்கடலில்)

வந்தனர் 1: ஹா ஹா! நாம் எதிர்பார்த்த பொருள் அனைத்தும் கிடைத்துவிட்டது.

சென்றனர் 1: ஆமாம் ஆமாம். அளவிலாத பொருள் குடங் குடமாய் வந்திருக்கு.

உண்டு: ஆழக்கடலிலிருந்து ஆயுதங்களும் அளவிலாப் பொருளும் அருமையாய் வந்தது. குடமதில் அமுதபானமும் கூடவே குடமங்கையும் வந்திருக்கு. இன்னும் என்ன குறை?

இல்லை: இல்லவே இல்லை. குறை என்பதே இனி இல்லை. அவர்களுக்கும் நமக்கும் ஏகபோகந்தான்.

பொ. ராஜகோபால்

சென்றனர்: *(பாட்டு)*

ஏகபோகமாக வாழ்குவோம் பொருளைக் கொண்டு
ஏகபோகமாக வாழ்குவோம்
ஏகபோகமாக வாழ எல்லாப்பொருளும் உண்டு
இந்த உலகமது இருக்கும் நிலையைக் கண்டு
(ஏகபோகமாக)

வந்தனர்: *(பாட்டு)*

உண்டு இல்லை சொன்னதினால் கடல் கடைந்தோம்
உண்டு இல்லை சொன்னதினால்
உண்டு இல்லை முன்னே வைத்து பெண்டுப் பொருளைப்
பிரித்துக்
கொண்டு செல்ல நினைப்போரைக் குண்டுகளாலே
துளைத்து (ஏ)

வந்தனர் 1: அய்யா, உண்டு இல்லை உங்களுக்கு மிகவும் நன்றி. நீங்கள் சொன்னதினால் பாற்கடலைக் கடைந்தோம். அளவிலாத பொருளை அடைந்தோம்.

சென்றனர் 1: பொருளோடுகூட குடமங்கையும் அடைந்தோம். பங்குதான் பிரிக்க வேண்டும்.

உண்டு: அது சரி. எங்களுக்கெதன்னா உண்டா...

இல்லை: ...இல்லையா சொல்லுங்க முதல்ல!

குடமங்கை: முதலில் வந்ததை என்ன செய்வது, இரண்டாவது வந்ததை என்ன செய்வது, எப்படிப் பிரிப்பதென்று ஒரே குழப்பம் அவர்களுக்கே. நீங்கள் வேறு அவசரப் படுகின்றீர்கள்.முதலில் கடல் கடைந்த இளைப்பு தீர அமிர்தபானம் அருந்துங்கள். பிறகு பங்கு பிரித்துக் கொள்ளுங்கள் பொருளை!

வந்தனர் 2: பொருளைப் பிரித்துக்கொள்ளலாமென்று பார்த்தோம். ஆனால் குடமங்கை சொல்வது போல் முதலில் அமிர்தபானம் அருந்திய பிறகே பிரிப்போம். இல்லையென்றால் பங்கு வாங்கிய உடனே ஓடிவிடுவார்கள். சென்றனரே! நீங்கள் என்ன சொல்கிறீர்கள்?

சென்றனர் 2: சொல்வதற்கென்ன இருக்கு. அருந்திய பிறகே பிரித்துக்கொள்வோம். அய்யா உங்கள் விருப்பம்?

உண்டு, இல்லை: விருப்பமா... ஊத்தனாப்போதும்!

குடமங்கை: சரி! வரிசையா உட்காருங்க. நான் எல்லோருக்கும் கொடுக்கின்றேன்.

குடமங்கை: *(பாட்டு)*

அமுத பானத்தை ...
அமுது பானத்தை அருந்தியே நீங்கள்
ஆனந்தமாகவே ஆடிப்பாடியே

இருக்கும் பொருளை இருபங்காகவே
ஈகையாய்ப் பிரித்து ஈந்திட வேண்டும்
(அமுத பானத்தை ...)

குடமங்கை: அய்யா உண்டு, இல்லை! நீங்கள் அந்தப் பக்கம் இருந்தீர்கள். இப்பொழுது பார்த்தால் இந்தப் பக்கம் இருக்கின்றீர்களே ஏன்?

உண்டு: அதுவா ... அந்தப் பக்கம் அவ்வளவா எங்களுக்குச் சரிப் படல.

இல்லை: அதனாலதான் இந்தப் பக்கம் வந்திட்டோம்.

சென்றனர்1: குடமங்கை நிறுத்து. கொடுக்க வேண்டாம். அமுதபானம் சாப்பிட்டால் அது நம்மை என்ன செய்யுமோ நமக்கே தெரியாது. அய்யா வந்தனரே! முதலில் பொருளைப் பங்கு பிரியுங்கள். பிறகு அருந்துவோம் அமுதபானத்தை!

இல்லை: இல்ல, ஏன்யா இப்படி வற்றதத் தடுக்கிறீர்கள்?

வந்தனர் 2: சென்றனரே! என்னைய்யா மாற்றி மாற்றிப் பேசுகிறீர்கள். ஒரு முடிவாச் சொல்லுங்கள்.

சென்றனர் 2: முடிவாகத்தான் சொல்லுகின்றோம். முதலில் சமபங்கு பங்கிடுங்கள். குடமங்கை முதற்கொண்டு ...

உண்டு: குடமங்கை உனக்கு ஆபத்து!

குடமங்கை: என்னைய்யா சொல்ற?

இல்லை: புரியல? உன்ன வெட்டப் போறாங்க.

குடமங்கை: அவசரப்படாதீங்க, கவனிங்க.

வந்தனர் 2: சரி பங்கிடுவோம்! இப்போதே வாங்க ... சைக்கிள், மோட்டார் சைக்கிள், ஆட்டோ, காரு உங்களுக்கு. ஜீப், வேன், லாரி, பஸ் எங்களுக்கு!

போட்டு, கட்டுமரம் உங்களுக்கு; கப்பல், நீர்மூழ்கிக் கப்பல் எங்களுக்கு! எலிக்கேப்டர் உங்களுக்கு; ஏரோப்ளேன், ராக்கெட் எங்களுக்கு!

பொ. ராஜகோபால்

கைத் துப்பாக்கி, ஒத்தக்குழல் துப்பாக்கி, பீரங்கி, அதற்கான குண்டுகள் உங்களுக்கு; இரட்டைக்குழல் துப்பாக்கி, தொடர்குண்டு துப்பாக்கி, ராட்ஷத பீரங்கி வெடிகுண்டு, அணுகுண்டு, புதைகுண்டு எங்களுக்கு!

பவளம் உங்களுக்கு; முத்து எங்களுக்கு! உண்டு இல்லை உங்களுக்கு; அமுதபானம், குடமங்கை எங்களுக்கு!

இதுதான் பங்கு! இப்போதே எடுத்துக்கொண்டு நீங்கள் தாராளமாகப் புறப்படலாம்.

சென்றனர் 1: அட ட ட டா! என்னமா பங்கு பிரிக்கின்றாரு. எப்படி? தங்கம் உங்களுக்கு; தவிடு எங்களுக்கு! முத்து உங்களுக்கு; நத்த எங்களுக்கு! இது தான் சமபங்கு? யோ வந்தனரே! மரியாதையா உங்களுக்கென்று சொன்னத எல்லாம் எங்களுக்கு கொடுத்துவிட்டு, எங்களுக்கென்று சொன்னதையெல்லாம் நீங்கள் எடுத்துக்கொண்டு இப்போதே நடையைக் கட்டுங்க.

வந்தனர் 2: *(கந்தார்த்தம்)*

நடையையா கட்டவேண்டும்
நீ யாரதைச் சொல்வதற்கு
கடைந்தெடுத்த பொருளையெல்லாம்
கண்டிப்பாய் எடுத்துச்செல்வோம்

தடையது செய்ய எண்ணி
தடுத்திட வந்தீரானால்
விடை கொடுத்துங்களை விண்ணிற்கு

(பாட்டு)

விரட்டிடுவோமே மண்ணில் புரட்டிவோமே
முரட்டுப்பயலே நீங்கள் மூர்க்கத்தனமாக
வறட்டுக் கர்வம் கொண்டு வாதங்கள் பேசுறீர்.   (விர)

வந்தனர் 1: எவ்வளவு திமிர் உங்களுக்கு? நாங்களா நடையைக் கட்ட வேண்டும்? மரியாதையாக இங்கிருந்து ஓடி விடுங்கள். இல்லையென்றால் சுட்டுவிடுவேன். ம். ஓடுங்கள்!

சென்றனர் 2: அடப்பாவிங்க... நம்மையே சுடராங்க!

வந்தனர் 1: ஆஹா எல்லாப் பொருளும் நமக்கே! இனி, பங்கு கேட்க யாருமில்லை.

இல்லை: ஏன் இல்ல? இதோ நாங்கள் இருக்கின்றோம்.

வந்தனர் 2: என்ன இது? துப்பாக்கி எடுத்துக் கொண்டீர்கள்? நீங்கள் பங்கு வேண்டாம் என்றீர்கள்.

உண்டு: பங்குதான் வேண்டாம் என்றோம். உங்களைச் சம பங்கு பிரிக்க வேண்டாமென்றா சொன்னோம்?

இல்லை: வந்தனரே! மரியாதையாக வந்த இடத்திற்கே ஓடிவிடுங்கள். இல்லையென்றால் . . .

உண்டு: உண்டு இல்லை என்று செய்துவிடுவோம். உம். ஓடுங்க.

இல்லை: திரும்பிப் பார்க்காம ஓடுங்க.

குடமங்கை: இனி எல்லாம் உங்களுக்குத்தான்!

உண்டு: குடமங்கை! நீ எங்கிருந்து வந்தாயோ அந்த இடத்திற்கே போய்விடு!

குடமங்கை: உங்களுக்கு எதுவுமே தேவையில்லையா?

இல்லை: ஒன்றும் தேவையில்லை. முதலிலேயே தேவையில்லை என்று முடிவு எடுத்தோம். பேச்சு மாற மாட்டோம். போய்விடு!

உண்டு: இல்ல! துப்பாக்கி இருந்தா ஆபத்து. அதையும் போட்டு விடுவோம் கடலில்.

இல்லை: வந்தனர் வந்த பக்கம், சென்றனர் சென்ற பக்கம், குடமங்கையும் கூட வந்த பொருள்களும் கடல்பக்கம்!

உண்டு: ஆயுதங்களெல்லாம் கடலடியிருக்கும் கப்பல் பக்கம் சென்றுவிட்டன. நாங்களும் இருந்த பக்கம் போய் வருகிறோம். நீங்களும்தான் . . .

சுபம் சுபம் சுபம்

மங்களம் மங்களம் மங்களம்

பொ. ராஜகோபால்

விடுத்தல்

ரவீந்திரநாத் தாகூர் அவர்கள் எழுதின 'விசர்ஜன்'
என்ற நாடகம் கட்டைக்கூத்து வடிவில்

(2007)

'விடுத்தல்' என்ற கூத்து முதல்முதலாக ரவீந்திர உற்சவத்தில் 2007 ஆகஸ்டு 5இல் கொல்கத்தா ரவீந்திர பவனத்தில் கட்டைக்கூத்து குருகுலத்தின் மூத்த மாணவர்களால் நிகழ்த்தப்பட்டது. ஆங்கிலத்தில் குறிப்புகள் தரப்பட்டதால் தமிழ் தெரியாத பார்வையாளர்களுக்கு கூத்து புரிந்து கொள்ளும்படியாக இருந்தது. ஆகஸ்ட் 7இல் சாந்திநிகேதன் விஸ்வபாரதியில் மீண்டும் நிகழ்த்தப்பட்டது. கூத்தில் பாத்திரமேற்று நடித்தவர் களும் பங்கேற்றவர்களும்:

கட்டியக்காரன்	– ப. மூர்த்தி
அரசன் கோவிந்தமாணிக்யன்	– ரா. தேவன்
இளவரசன் நட்சத்திரராய்	– அ. டில்லிபாபு
துருவன்	– ர. மகாலட்சுமி
அரசி குணவதி	– ப. திலகவதி
பூசாரி ரகுபதி	– பொ. ராஜகோபால்
ஐயசிங்கன்	– மு. கிரீன்குமார்
காளி/அபர்ணா	– ப. சுகன்யா
நயனராய்/ கிராமத்தவன்	– கு. ராதாகிருஷ்ணன்
சந்திரபாலன்/ கிராமத்தவன்	– மா. துரைசாமி
மந்திரி/கிராமத்தவன்	– க. பெருமாள்
தோழி/ சாமியாடும் பெண்	– க. சரஸ்வதி

தோழி/ கிராமத்தவள்	– வெ. பவானி
கிராமத்தவன்/சிலம்பு	– ஜா. லோகநாதன்
கிராமத்தவன்/பம்பை	– ஏ. பெரியசாமி

மேளம்

ஹார்மோனியம்	– சி. விஜயன்
மிருதங்கம்/டோலாக்	– த. ரங்கசாமி
முகவீணை	– சொ. சந்திரன்
பின்பாட்டு/தாளம்	– ஆ. கைலாசம் ரா. கார்த்திகேயன்

ராஜகோபால் இக்கூத்தின் பாடல்களையும் வசனங் களையும் எழுதினார். ஹன்னா எம். டி பூருயினும் அ. பழனியும் உடைகளை வடிவமைத்துத் தயாரித்தனர். ராஜகோபாலும் ஹன்னாவும் இணைந்து இயக்கினர்.

'விடுத்தல்' என்ற கூத்து கீழ்க்கண்ட மொழிப்பெயர்ப்பு களை அடிப்படையாகக் கொண்டது:

1. *'Sacrifice' in Ravindranath Tagore: Sacrifice and Other Plays. London: MacMillan and Co, 1917, pp. 103 - 187.*

2. *ஜீவபலி – ரவீந்திரர் நாடகத் திரட்டு. முதல்பாகம். வங்கத்திலிருந்து தமிழ் மொழிபெயர்ப்பு டி.எஸ். பார்த்த சாரதி. புதுதில்லி: சாகித்ய அகாதமி, 1961, பக். 19 – 92*

ராஜகோபால் 'விடுத்தல்'ஐ 2012இல் முழு இரவும் நடைபெறும் கூத்தாக உருவாக்கினார். இந்தப் புதிய வடிவத்தில் 'திரிபுராகாளி' என்ற பெயரில் 2012 – 2013க்கும் இடைப்பட்ட காலகட்டத்தில் பத்துக்கும் மேற்பட்ட தடவை நிகழ்த்தப் பட்டுள்ளது. கட்டைக்கூத்து இளங்கலைஞர் குழு அடிக்கடி மேடையேற்றும் கூத்துகளில் இதுவும் ஒன்று.

வரலாறு

'விசர்ஜன' என்ற நாடகத்தின் முதல் பிரதியை தாகூர் 1890இல் எழுதினார். அதன் வடிவம் அவருக்கு திருப்தி யளிக்காததாலோ என்னவோ அவர் தொடர்ந்து அதில் மாற்றங்கள் செய்துகொண்டே வந்தார். பல ஆண்டுகளுக்குப்

பொ. ராஜகோபால்

பிறகு 1917இல் 'செக்ரிபைஸ்' என்ற பெயரில் அதன் ஆங்கில வடிவத்தை வெளியிட்டார். வங்க மூலத்திலிருந்து சிறிது மாறுபட்டதாக இருந்தது அது (2007இல் சமீக் பந்தோபாத்யாயா நேர்பேச்சில் அளித்த விவரம்).

தாகூரின் வங்க நாடகத்தைத் தமிழுக்குக் கொண்டு வருவதும் கட்டைக்கூத்து வடிவத்தில் 2007 ரவீந்திர உற்சவத்தின் போது நிகழ்த்துவதும் பெரும் சவாலாக இருந்தது. வேறுவேறு மொழி (வங்கம்/ஆங்கிலத்திலிருந்து தமிழில்), வேறுவேறு இடப்பரப்பு (திரிபுராவிலிருந்து தமிழ்நாட்டுக் கிராமப்புரத் திற்கு) மற்றும் வெளியீட்டு வடிவம் (எழுதப்பட்ட நாடகத்தி லிருந்து நேரடியான கட்டைக்கூத்துப் பிரதியாக) இவைகளை எல்லாம் தாண்டிச் செல்வதோடு இந்தக் கூத்தின் மூலமாகத் தாகூர் எழுப்பிய முக்கியமான பிரச்சனைகளை இன்றைய வாழ்க்கைக்குப் பொருந்தும்படியாக வெளிப்படுத்தும் வடிவம் ஒன்றை கண்டறியவும் வேண்டியிருந்தது. கட்டைக்கூத்துக்குப் பொருத்துமானதும் பார்பதற்கு பரவசமூட்டுவதுமான ஒரு கூத்து வடிவத்தை உருவாக்க வேண்டியிருந்தது.

இக்கூத்து

காளிக்கு அளிக்கும் உயிர்பலி பற்றியது இந்தக் கூத்து. திரிபுராவை ஆளும் கோவிந்தமாணிக்யன் என்ற மன்னனின் கதையைச் சொல்கிறது; அன்னை அரசனுக்கு காட்சி அளித்த பிறகு அவன் ஜீவபலிக்குத் தடைவிதிக்கிறான். இந்தப் புதிய உத்தரவு காளியை வணங்கும் பல்வேறு மக்களை எப்படி பாதிக்கிறது என்பதை 'விடுத்தல்' சொல்கிறது. குழந்தை பாக்கியத்திற்காக பலநூறு விலங்குகளைப் பலியிட ஆணையிடும் அரசி, அந்தக் கோவிலின் முதன்மைப் பூசாரியான ரகுபதி மற்றும் அவனது உதவியாளனும் வளர்ப்பு மகனுமான ஜயசிங்கன். இந்த மூவரும் அவர்கள் தெய்வத்தை வணங்கும் விதத்தையும் காளியைப் புரிந்துகொள்ளும் விதத்தையும் பரிசீலனைக்குள்ளாக்கித் தூண்டப்படுகிறார்கள்.

அபர்ணா என்ற பிச்சைக்கார சிறுமி ஆசையாக வளர்த்த ஆட்டுக்குட்டியை அவளது அனுமதியில்லாமலேயே பிறர் காளிக்குப் பலிகொடுத்தபோது அடைந்த துக்கத்தைக் கண்டு அரசன் கோவிந்தமாணிக்யன் பிற உயிரினங்கள் மீது அவனுக் குள்ள தூய அன்பை வெளிப்படுத்துகிறது. உயிர்பலியைத் தடைசெய்து அரசன் ஆணை பிறப்பிக்கிறான். அவனுக்கு எதிர்நிலையில் பூசாரி ரகுபதி காளிக்கு விலங்குகளையும் மனிதர்களையும் பலியிடுவதை காலம்காலமான வழக்கத்திற்குத்

தடைவிதிக்க அரசனுக்கு உரிமையில்லை என வாதிடுகிறான். அரசாட்சியைக் காட்டிலும் மதம் உயர்ந்தது எனக் காட்டிப் பிராமணர்களின் அதிகாரத்தை நிலைநாட்டுவதற்காக ரகுபதி பிறரை – குழந்தையற்ற அரசி, தளபதி, பட்டத்து இளவரசன், மூடநம்பிக்கைக் கொண்ட மக்கள் இவர்களை எல்லாம் – கருவியாகப் பயன்படுத்துகிறான்.

ராஜகோபாலின் கூத்து வடிவம்

'விசர்ஜன்' என்ற நாடகத்தை தாகூர் திரைப்படங்கள் தோன்றுவதற்கு முந்தைய மேடைநாடகங்கள் கோலோச்சிய காலகட்டத்தில் எழுதினார். இந்த நாடகத்தை 'நவீனப்படுத்து வதற்கு'ப் பதிலாக ராஜகோபால் அந்தக் காலகட்டத்தின் (இசை) மணத்தையும் கருத்துகளையும் அப்படியே கொண்டுவர முயன்றிருக்கிறார். பாடல், வசனம், நடனம், நடிப்பு என்ற நான்கு நாடக அம்சங்களையும் நடிகர்/நடிகையரே செய்யும் இசை சார்ந்த நிகழ்த்துகலையான கட்டைக்கூத்து இதற்கு மிகவும் பொருத்தமாக அமைந்துள்ளது.

தாகூர் தெய்வத்திற்கு உயிர்பலி வேண்டாம் என்றும் சக்திக்கும் மத அதிகாரத்திற்கும் ஏற்படும் மோதல் பற்றியதாக இல்லாமல் ஏதோ ஒன்றிலிருந்தோ ஒருவரிடமிருந்தோ விடுபடுதல் என்று 'விசர்ஜன்' நாடகத்தில் எழுதினார். ராஜ கோபால் 'உயிர் பலி' என்ற கருத்தைவிட 'விடுத்தல்' என்ற கருத்திற்குச் சிறப்பான இடத்தை அளித்துள்ளார். விடுத்தல் என்ற கருத்தே இந்தக் கூத்தில் வரும் முன்னணிக் கதாபாத்திரங் களிடம் தாக்கத்தை ஏற்படுத்தி இறுதியில் அவர்களை விடுவிக்கவும் செய்கிறது; அரசன் கோவிந்தமாணிக்யன் தன் மனைவி குணவதியை வென்றெடுப்பதோடு அவளுக்குள் இருக்கும் தாய்தெய்வத்தையும் உணர்ந்துகொள்கிறான்; ரகுபதியின் அப்பாவி உதவியாளனும் தத்துப் புத்திரனுமான ஜயசிங்கன் மனிதர்கள் எவ்வாறு நடந்துகொள்வார்கள் என்ற கசப்பான உண்மையை மெல்லமெல்ல அறிந்துகொள் கிறான். எவற்றையும் ஏளனமாகப் பார்க்கும் ரகுபதி பதவி, உருவ வழிபாடு, ஏன் உலகத்தைக்கூட துறந்துவிடுகிறான். அரசி குணவதி தனக்குக் குழந்தை வேண்டும் என்ற ஆசையைக் காட்டிலும் பிறரது நல்வாழ்வும் கணவரின் அன்பும் முதன்மை யானவை என்பதை உணர்ந்துகொள்கிறாள்; மக்கள் உயிர்பலி செய்யாதீர்கள் என கேட்டுக்கொள்ளப்படுகிறார்கள்.

ரகுபதி வெளியேறுவதற்கு முன்பு மக்களிடம் கடவுள் சிலையை நீரில் கரைத்து விட்டுவிடும்படிச் சொல்கிறான்.

   பொ. ராஜகோபால்

கடவுளின் சிலையை அருகிலுள்ள ஆற்றிலோ குளத்திலோ கரைப்பது பல இந்து விழாக்களில் முக்கியமான இறுதி நிகழ்ச்சியாகும். இந்தக் கூத்தில் சிலையை விட்டுவிடுவதென்பது மதத்தின் பெயரால் காலகாலமாக வாழ்ந்துவரும் மூட நம்பிக்கைகளை விட்டொழிப்பதற்கு அடையாளமாக வருகிறது. இதுவும் இதுபோன்ற பல கிராமப்புற வழக்காறுகளையும் கூத்தில் சேர்த்துள்ளதால் கிராம மக்களால் கதையும் மேடை நிகழ்வுகளையும மிக எளிதாக உணர்ந்துகொள்ள முடிகிறது.

தாகூரின் 'விசர்ஜன'த்தைப் போலவே 'விடுத்தல்' கூத்தும் ஒரு சமயம் சார்ந்த கூத்து அல்ல; ஆனால் இதில் ஆழமான ஆன்மீக அம்சம் உள்ளது. காணிக்கையாக எதையாவது கேட்டபடியேயிருக்கும் பயத்தை விளைவிக்கும் ஓர் உருவத்தை மையப்படுத்திய மக்களைச் சுரண்டும் சமயப் போக்குக்கு மாற்றாக, கடவுளோடு நேரடியானதும் தனிமனித அனுபவம் சார்ந்ததும் பயவுணர்வற்றதுமான ஓர் ஆன்மீக உறவை தாகூர் வலியுறுத்துவதாகத் தோன்றுகிறது. இதை அபர்ணா என்ற பாத்திரம் மூலமாக வெளிப்படுத்துகிறார் ராஜகோபால். அப்பாத்திரம் தன் விருப்பப்படியே மேடையில் வந்துபோகிறது. மூலப்பிரதியிலிருந்து விலகிய அம்சமாக ராஜகோபால் அபர்ணா பாத்திரத்தை எங்கும் நிறைந்தவளும் எதிர்குரல் கொடுப்பவளும் நட்போடு இருப்பவளுமான பெண்தெய்வத்தின் வாழும் வடிவமாக அமைத்துள்ளார். அபர்ணா, பூசாரி ரகுபதியின் செயல்பாடுகளை கேள்வி எழுப்பியதோடு, ஐயசிங்கனிடம் தான்தான் உண்மையான கடவுள், கோயிலுள்ள கற்சிலையயல்ல என்பதைச் சொல்லாமல் சொல்லி அவனைக் கோயிலிலிருந்து வெளியேறிவிடும்படி மனம் மாற்றிவிடுகிறாள். அபர்ணாவின் இளமை அழகு தனது மகனைக் கவர்ந்து நிலைதடுமாறச் செய்துவிடும் என்று அஞ்சுகிறான் ரகுபதி. அபர்ணாவைக் கோயிலில் இருந்து வெளியேறும்படிக் கட்டளையோடு இக்கோயிலிலுள்ள ஆன்மாவையும் தெரியாமல் வெளியே அனுப்புகிறார்.

அம்மன் துதி விருத்தம்

தஞ்சமுன்பாதம் சரணா கதியென்று
சார்ந்தவர்மேல்
வஞ்சனை ஏவல் தூன்யம்
வைத்திடும் பேரையெல்லாம்
நெஞ்சைப்பிளந்து நிணகுடல்வாங்கி
நெருப்பிலிட்டு உன்
வஞ்சக்கரங்கொண்டறுப்பாய்
திரிபுராணந்தி உமையே

கட்டியன்: *(வருகைப்பாட்டு – வந்தானிதென்ன என்ற மெட்டு)*

கட்டியங்காரன் வந்தேனே கனசபைக்கு
கெட்டியக்காரன் வந்தேனே
தாகிட தாகிட தாகிட தாம்
தாகிட தாகிட தாகிட தை
தாகிடதாம் தாகிட தை
தா தைய தோம்தரிகிட   (க)

ரவீந்தரநாத் நாடகந்தன்னை
பொன்னுராஜனால்
ரத்தினமாய் ஆட வந்தோமே
தத்திமி தத்திமி தத்திமி தாம்
தத்திமி தத்திமி தத்திமி தை
தத்திமிதாம் தத்திமிதை
தாதைய தோம் தரிகிட   (க)

கட்டியன்: மகாபெருமை பொருந்திய இச்சபையி லுள்ள அனைவருக்கும் புஞ்சரசந்தாங்கல் கட்டைக்கூத்துக் குருகுலத்தின் சார்பாக நன்றி கலந்த வணக்கத்தைத் தெரிவித்துக் கொள்கிறேன். தற்பொழுது கட்டைக்கூத்துக் குருகுலக் குழுவினரால் விடுத்தல் என்னும் கூத்து நடைபெறும். தெய்வத்திரு ரவிந்தரநாத் தாகூர் அவர்கள் எழுதிய விசர்ச்சன் என்னும்

கூத்தினைப் பெருங்கட்டூர் திரு பொன்னுசாமி ஆசிரியர் குமாரர் பொ.ராஜகோபால் அவர்கள், அவருடைய கருத்தையும் இதில் புகுத்தி, விடுத்தல் என்று எழுதி இயக்கியுள்ளார். இதற்கு உதவி ஹன்னா எம்.டி புரூயின் அவர்கள். இக்கூத்தில் சொற்குற்றம், இசைக்குற்றம் மற்றும் எக்குற்றம் இருப்பினும் தங்கள் வீட்டில் குழந்தைகள் தவறு செய்தால் எவ்வாறு மன்னிப்பீர்களோ அதைப்போல் எங்களையும் உங்கள் குழந்தைகளாகப் பாவித்துக் குறைகளை மன்னித்து பூரண ஆசீர் தருவீரென மிக மிகத் தாழ்மையுடன் கேட்டுக்கொள்கிறேன். வணக்கம். இப்பொழுது திரிபுர நாட்டை ஆளக்கூடிய கோவிந்தமாணிக்ய மகாராஜா தர்பார்.

காட்சி 1

இடம்: அரண்மனை

(கோவிந்தமாணிக்யன், நக்ஷத்திரராாய், துருவன் வருதல்)

கோவிந்தமாணிக்யன்: *(திரை விருத்தம்)*

அதிகாலை தான் எழுந்து
ஆதவன் தனைத் தொழுது
மதியுள்ள தம்பியோடு
மகன் துருவன் சூழ...

சதிசத்துருக்கனில்லா
திரிபுரநாட்டையாளும்
பதியான கோவிந்த
மாணிக்யனும் வருகின்றேனே...

கோவிந்தமாணிக்யன்: *(வருகிற – பாட்டு – கதிரவன் என்ற மெட்டு)*

திரிபுரநாடு தன்னை திடமுடன் ஆட்சி செய்யும்
கோவிந்தமாணிக்யனும் வந்தேன்
அதிவிதரண குணமுள்ள
வீரகெம்பீரனும் வந்தேன்   (திரி)

ஆரவாரமில்லாமல்
அன்பாக ஆட்சி செய்வேன்
பேரம் பேசிவந்தாலே
தூரமாக நிற்கச் சொல்வேன்   (திரி)

பொ. ராஜகோபால்

நக்ஷத்திரராய்: *(பாட்டு)*

அண்ணனிட்ட வேலையை
அன்பாய்ப் பணிந்து செய்வேன்
தன்னலம் கருதாமல்
பொன்னடிக்குப் போற்றி செய்தேன் *(அண்ணனிட்ட)*

கோவிந்தமாணிக்யன்: *(போற்றி விருத்தம்)*

மண்ணிலே அவதரித்து
மக்களைக் காக்கவந்த   *(உனை)*
கண்ணனக் கருதுகின்றேன்.
காளிகாதாயே போற்றி . . .

புண்ணியம் பெறவே எங்கும்
பூலோக வாசிகளைக்
கண்ணியம் பெறவே செய்வாய்க்
கருணாம்பிகையே போற்றி . . .

கோவிந்தமாணிக்யன்: காவலன், இந்தத் திரிபுர நாட்டை ராஜாவாக ஆண்டு வரும் என் பெயர் கோவிந்த மாணிக்யன். என் மனைவி ராணி குணவதி! எங்களுக்குக் குழந்தை இல்லையென்றாலும் அக்குறையை என் தம்பி நக்ஷத்திரராயும் வளர்ப்பு மகனாகிய குழந்தை துருவனும் அதைப் போக்கிவிடுகின்றனர்.

கட்டியன்: உண்மைதான் அரசே!

நக்ஷத்திரராய்: எங்களுக்குத் தாய் தந்தை இல்லை என்ற குறை தெரியாமல் வளர்க்கும் வள்ளலே! வணங்குகின்றோம் பாதங்களில்!

கட்டியன்: குழந்தை விளையாடலாமா?

துருவன்: *(பாட்டு)*

வருவீர் ஆடலாம்
பந்தாட்டம்   *(வருவீர்)*

வீசிடும் பந்தை
விரைந்துமே பிடிப்பீர்
பேசிடாமலே
திருப்பியே விடுப்பீர்   *(வருவீர்)*

துருவன்: அப்பா! நீங்களும் வாங்க பந்தாட்டத்திற்கு!

கோவிந்தமாணிக்யன்: சரி, முதலில் பந்து யார் போடுவது?

நக்ஷத்திரராாய்: *(பாட்டு – வேட்டையானே என்ற மெட்டு)*

பந்தையானே போடுகின்றேன் பார்
பண்புடன் பிடித்து
இன்பமாய் அடித்து
துன்பம் ஒன்றும்
நேர்ந்திடா வண்ணம்   (பந்)

(பந்து விளையாடுதல்)

கோவிந்தமாணிக்யன்: தம்பி! என் கிரீடம் துருவனுக்குப் பொருத்தமாக இல்லை!

நக்ஷத்திரராாய்: பொருத்தமாக இருக்கிறது அண்ணா!

கோவிந்தமாணிக்யன்: துருவா! நீ சென்று அவனோடு விளையாடு. நான் அவைக்குச் சென்று வருகின்றேன். தம்பி! வருவாய் அவைக்கு நேரமாகிவிட்டது.

நக்ஷத்திரராாய்: புறப்படுங்கள் அண்ணா, போகலாம்!

(கட்டியன் மீது குதிரை ஏறுதல், விளையாடுதல்)

காட்சி 2

இடம்: காளிகோவில்

குணவதி: *(பாட்டு)*

சத்யகுணவதி வந்தாள் சபைதனிலே
சத்யகுணவதி வந்தாள்
சத்யகுணவதியும் நித்யகடன்களை
சித்தமாய்முடித்து பக்தியுடனே வாரேன் (ச)

மஞ்சத்தின் மீது கொஞ்சிவிளையாடிட
ரஞ்சிதபிள்ளையும் கிஞ்சிதமும் காண்கிலேன். (ச)

குணவதி: *(விருத்தம்)*

அன்னையே மாகாளிதாயே
ஆதிபராசக்தி நீயே
மண்ணிலுள்ள அனைவருக்கும்
மக்கள் பெறும்வரம் கொடுத்தாயே...
பண்ணிய பாவமென்ன
பாலனைப் பெற்றெடுக்க
முன்னிலை வணங்கி நின்றேன்
முழுமன திரங்குவாயே...

பொ. ராஜகோபால்

குணவதி: தாயே பராசக்தி! உலகில் பிள்ளையை விற்றுப் பிழைக்கும் பிச்சைக்காரிக்கும் பெற்ற உடனேயே கொல்லும் விலைமாதிற்குக்கூட குழந்தை வரம் அருள்கிறாய் எனக்கு ஏன் இல்லை. நான் என்ன பாபம் செய்தேன் ஏன் இந்தச் சோதனை? *(மூர்ச்சையாகுதல்)*

ரகுபதி: *(பாட்டு)*

வா என்று சொன்னால்
திரிபுரகாளியும்
வந்தெந்தன் நெஞ்சினில்
குடியது கொள்ளுவாள்

நில் என்று சொன்னால்
எதிரினில் நிற்பாளே
கொல் என்று சொல்லி
எதிரியை வெல்லச் செய்யும்

ரகுபதிநானே ராஜப்புரோகித
ரகுபதி நானே

காளிகாதேவிக்கு பக்தனானவன்
நீலி அவளை தினந்தினம் போற்றுவேன்
தூலி திரு தூலி சுயரூப சுந்தரியை
நேரினில் கண்டு வரமதைப் பெற்றிடும்   (ர)

ரகுபதி: ஐயசிங்கா! சீக்கிரம் பூஜைப்பொருளைக் கொண்டு வா!

ஐயசிங்கன்: இதோ வந்துவிட்டேன், குருவே!

ரகுபதி: ஆ! மகாராணி!

குணவதி: சுவாமி! வெகுநாட்களாக நான் அன்னையைப் பூசித்து வருகின்றேன். என் உளமறிய ஒருவித அபச்சாரமும் செய்ததில்லை. களங்கமற்ற மனத்தையுடைய என் கணவர் சாட்சாத் சிவபெருமானை ஒத்தவர். இவ்வளவும் இருந்தும் எந்தக் குறையைக் கருதி மகாமாயையாகிய தாய் என்னை மலடி என்கிற பெயர் வாங்க வைத்தாள்?

ரகுபதி: *(பாட்டு)*

நமக்கென்னத்தெரியும் இந்த
நானிலத்தையாளுகின்ற ஞானசவுந்தரியை
நமக்கென்னத்தெரியும்
திருலோகசுந்தரி ஜீவமனோகரி
பரம்பொருளான பராசக்திஅவள்மகிமை (ந)

ரகுபதி: எல்லாம் அவள் செயல். கவலைப்படாதே! இன்று உன் பெயரால் பூஜை நடத்துகின்றேன். அன்னை, கேட்ட வரத்தையளிப்பாள்.

குணவதி: இவ்வருடம் திருவிழாவின் பொழுது பலியிட வேண்டிய ஆட்டை நான் காணிக்கையாக அளிக்கின்றேன். மேலும் ஒரு பிரார்த்தனை செய்துகொள்கிறேன். காளி அன்னை எனக்குப் புத்திர பாக்கியம் அளித்தால் வருடந் தோறும் அவளுக்கு நூறு எருமைகளையும் முந்நூறு ஆடுகளையும் பலியிடுவேன்.

ரகுபதி: அப்படியே செய், மகாராணி!

ஜயசிங்கன்: பூஜைக்கு நேரமாகிவிட்டது குருவே!

குணவதி: வருகிறேன் சுவாமி!

காட்சி 3

இடம்: இராஜசபை

நயனராய், மந்திரி, சந்திரபாலன்: *(ராஜசபை தர்பார் பாட்டு – ராஜராஜமகா என்ற மெட்டு)*

ஆனைசேனை யாவும் சூழவே சேனாதிபதி
மந்திரியோடு வந்து மேவினோம்
வீராதி வீரர்   (ஆ)

திரிபுரத்தையாளு மன்னனைக் கேள்வி கேட்க்கவே
தீரமாகவே வந்து மேவினோம்
பலவிதமாய்   (தி)

கட்டியன்: *(பாட்டு – ஓரடி ஆதி)*

காஞ்சிபுரத்திலிருந்து காசிக்குப்போகுறேன்
காசிக்குப்போறவழி எங்கே எங்கே
காசிக்குப்போறவழி எங்கே எங்கே

நயனராய்: நிறுத்து உன் ஆட்டத்தை. எந்த நேரத்திலும் விளையாட்டு!

கட்டியன்: நான் என்ன செய்தேன் சேனாதிபதி? ஏன் என் மேல் கோபம்?

நயனராய்: அன்னை காளிகாதேவிக்குப் பலியிடுவதை மன்னன் தடைசெய்திருக்கின்றார்.

சந்திரபாலன்: என்ன! பலிக்குத் தடையா?

மந்திரி: என்ன அக்கிரமம் இது, பலிக்குத் தடையா?

கட்டியன்: அப்ப இனி, எனக்கு இனாமாத் தலை கிடைக்காது.

மந்திரி: இவருக்கென்ன உரிமை உயிர்ப்பலியைத் தடுக்க!

ரகுபதி: பலியை எப்படித் தடுக்கலாம்? நாம் என்ன கனவு காண்கிறோமா?

கோவிந்தமாணிக்யன்: கனவல்ல குருவே! இத்தனை நாட்களாக கனவு கண்டுகொண்டு இருந்தோம். தேவி, ஒரு கன்னி வடிவத்தில் என் முன்தோன்றி, நான் இனி, பிராணிகளின் ரத்தபலியைச் சகிக்க மாட்டேன் என்று கூறிச்சென்றாள்.

ரகுபதி: ஓஹோ! இத்தனை வருடங்களாக ஏன் சகித்து வந்தாளாம்? ஆயிரம் ஆயிரம் ஆண்டுகளாக ரத்தத்தைப் பருகி வந்தவளுக்கு இன்று மாத்திரம் அதனிடம் என்ன வெறுப்போ?

கோவிந்தமாணிக்யன்: தேவி ஒருபொழுதும் ரத்தபானம் செய்ததில்லை. நீர் மிருகங்களைப் பலிகொடுத்த பொழுதெல்லாம், அவள், தன் முகத்தை அருவறுப்புடன் அப்புறம் திருப்பிக்கொண்டாள்.

கட்டியன்: அடடா... நாமதான் மறைத்து மறைத்துக் குடிக்கிறோம்னு பார்த்தா, சாமி கூட முகத்த மறைச்சித் தான் குடிக்கிதா?

ரகுபதி: (பாட்டு)

எப்படித்தடை விதிக்கலாம் காளிபலிக்கு
எப்படித் தடைவிதிக்கலாம்
மடமையொருபுறம் மமதை ஒருபுறம்
மன்னன் என்ற வீண் ஆணவம் கொண்டாயோ (எ)

ரகுபதி: சாத்திர விதிகளெல்லாம் உன்னுடைய கட்டுப் பாட்டுக்கு அடங்கியவைதானா?

கோவிந்தமாணிக்யன்: எல்லா சாத்திரங்களுக்கும் மேலானது அன்னையின் ஆணை!

ரகுபதி: அன்னையின் ஆணை! அன்னை அருகிலேயே இருக்கிறேன். அது என் காதில் விழவில்லையே! உனக்கு மட்டும் கேட்டதோ?

கோவிந்தமாணிக்யன்: தேவியின் ஆணை உலகில் எப்பொழுதும் ஒலித்துக்கொண்டே இருக்கிறது. வேண்டுமென்றே செவிடாக இருப்பவர்கள், அதைக் கேட்டும் கேளாதவர் போல் இருப்பர்.

கட்டியன்: நான் நடந்து போகும் போது யாராவது பிச்சை கேட்டா காது கேழ்க்காத மாதிரி போய்க்கிட்டே இருப்பேன், அது மாதிரி?

ரகுபதி: நம்பிக்கையற்றவன் நாஸ்திகன்!

கோவிந்தமாணிக்யன்: குருவே! நேரமாகிறது. ஆலயத்திற்குச் செல்லுங்கள். செல்லும்பொழுது வழியில் அனைவருக்கும் நமது திரிபுர ராஜ்ஜியத்தில் சகல உயிர்களுக்கும் தாயாகிய அன்னையின் பூஜையின் பொழுது, உயிர்க்கொலை புரிபவர்கள் நாடு கடத்தப்படுவர் என்று அறிவித்துக் கொண்டே செல்லுங்கள்.

ரகுபதி: இது நிச்சயமான வார்த்தைதானே?

கோவிந்தமாணிக்யன்: அதற்குச் சந்தேகமே இல்லை.

ரகுபதி: அப்படியானால் நீ அழிந்து போவாய்.

சந்திரபாலன்: குருவே, பொறுங்கள்! பொறுங்கள்!

கோவிந்தமாணிக்யன்: சந்திரபாலா! நீ எழுந்திரு. குருவே, நீர் கூற விரும்புவதைக் கூறிவிடும். அவ்விதமாவது உமது உள்ளக்கொதிப்பு அடங்கட்டும்.

ரகுபதி: திரிபுரத்தின் அதிதேவதையாகிய பராசக்தியை, நாட்டிலுள்ள பிரஜைகளுள் அவளும் ஒருத்தி என்று நீ முடிவு கட்டிவிட்டாய் போலும். உன்னுடைய அதிகாரத்தைக்கொண்டு, அவளையும் கட்டுப்படுத்தலா மென்று கனவு காண்கிறாயோ? அவளுக்குரித்தான பலியை நீ தடுப்பதா? அவளுடைய அடிமையாகிய நான் இருக்கும் வரை, அது ஒருகாலும் நடக்காது. வருகிறேன்.

நயனராய்: *(பாட்டு – தர்க்கம்)*

சொல்லுவேன் கேள் எந்தன் மன்னா
முடிமன்னா
பலியைத் தடுத்திட என்ன
முறை என்ன

பொ. ராஜகோபால்

கோவிந்தமாணிக்யன்: *(பாட்டு)*

முறையாகத் தேவியும் சொன்னாள்
என்முன்சொன்னாள் – அதை
நெறியாகத் தடுத்தேன் இன்னாள்
மக்கள் முன்னால்

மந்திரி: *(பாட்டு)*

மக்களைனைவரும் எக்காலமும் தந்தார் பலி
ஜீவபலி
இக்கணம் தடுத்திட்டால் நாமடைந்திடுவோம் வலி
தலைவலி

சந்திரபாலன்: *(பாட்டு)*

தலைவலி வருமென்று தடுத்திட லாகாதா மந்திரி
அய்யா மந்திரி
விலைமதிப்பில்லாத வேந்தன் சொன்னதே மந்திரி
செய்வோம் தந்திரி

கோவிந்தமாணிக்யன்: தர்க்கத்தை நிறுத்துங்கள். இன்று முதல் நமது நாட்டில் ஜீவபலி ஒழிய வேண்டுமென்று அனைவரும் சென்று பிரச்சாரம் செய்யுங்கள். நான் வருகிறேன்.

மந்திரி: இது என்ன விபரீதம்?

சந்தரபாலன்: விபரீதம் ஒன்றுமில்லை. மகாராஜா சொன்ன படி ஆலயப் பலித் தடையைக் கடைப்பிடிப்போம். புறப்படுங்கள்.

காட்சி 4

இடம்: காளிகோயில்

ஜயசிங்கன்: *(பாட்டு – கமலமலர்வதனா என்ற மெட்டு)*

அன்னையே பராசக்தி உன்னையே தொழுதிட்டேன்
என்னையே யாளுவாயம்மா மாகாளித்தாயே

சின்னவயதுமுதல் தேவியேபூசைசெய்தேன்
பின்னம் வராமல் காருமே மாகாளித்தாயே

மண்ணிலவதரித்து மாயைகளைப்புரிந்தாய்
மைந்தனை கார்க்கவேணுமே மாகாளித்தாயே

பொன்னான பொன்னு ராஜன் போற்றியுனைப்பணிய
புகழ்வரம் தரவேணுமே மாகாளித்தாயே   (அ)

ஐயசிங்கன்: *தாயே மாகாளி! இளமையிலிருந்து உனக்கு
அடிமையாகப் பூஜைசெய்து வணங்கி வருகின்றேன்.
இங்கு நீயும் நானும் மட்டுந்தான் இருக்கின்றோம்.*

சிலை: *ஐயசிங்கா!*

ஐயசிங்கன்: *ஏதோ பெண்குரல் பேசுவதுபோல் இருக்கிறதே!
உம். உன்மாயயை யாரால் வெல்ல முடியும்... ஆ!
அதோ என் குரு வருகிறார்.*

ரகுபதி: *(பாட்டு – சொற்றுணை என்ற மெட்டு)*

தேவிகாளிக்குப்பலித் தடைசட்டம்விதித்திட
பாவிஇவனுக்கு என்ன நீதியுண்டு
கூவியே நானும் கூடாது என்று சொன்னால்
கோவி அதைக்கேளாமல் குலைத்திட்டான் நாட்டினை
                                      (தேவி)

ஐயசிங்கன்: *குருவே வணக்கம்!*

ரகுபதி: *போடா போ.*

ஐயசிங்கன்: *ஜலம் கொண்டுவந்திருக்கின்றேன்.*

ரகுபதி: *ஜலமும் வேண்டாம் ஒன்றும் வேண்டாம்.*

ஐயசிங்கன்: *மடிவஸ்திரங்கள்?*

ரகுபதி: *யாருக்கு வேண்டும் மடிவஸ்த்திரங்கள்?*

ஐயசிங்கன்: *நான் என்ன அபச்சாரம் புரிந்துவிட்டேன்
தெரியவில்லையே?*

ரகுபதி: *நீ தவறு செய்ததாக யார் சொன்னார்கள்? கோரமான
கலியின் பார்வை கனத்து நெருங்குகிறது. ராகுக்கிரகம்
சந்திரமண்டலத்தை விழுங்குவதுபோல் கூத்திரிய பலம்
பிரம்ம தேஜசைக் கபளீகரம் செய்ய முயற்சிக்கிறது.
தேவியின் யாககுண்டத்திற்கு மேலே அரசனின் சிங்கா
தனம் தலை தூக்கி ஆடுகிறது. ஹா! கலிதேவதையே,
நீயும் அரசனின் சபையோரைப்போல் அவனுடைய
கட்டளையைத் தலைவணங்கி ஏற்றுக்கொண்டனையோ?
நான்குபுயக் கடவுளே! நீ நான்கு கரங்களையும் குவித்து
அவனைக் கும்பிடுகிறாயோ? வைகுண்டவாயிலைப்
பலவந்தமாக அரக்கர் கூட்டம் தன் வசப்படுத்திக்*

                    பொ. ராஜகோபால்

கொண்டதோ? அங்கிருந்த தெய்வம் பாதாளம் சென்று விட்டதோ? நல்லது. அரக்கர்களும் மனிதர்களும் ஒன்று கூடி இவ்வுலகில் மதம்பிடித்த ஆட்சி நடத்துகிறார்கள். தெய்வம் இல்லையென்றாலும் பிராமணன் உளன். பிராம்மண கோபம் என்கிற வேள்வித்தீயில் மன்னனின் சிங்காதனம் விறகுச் சுள்ளிகளைப் போல் பஸ்பமாகிவிடும்.

ஜயசிங்கன்: என்ன நடந்தது சுவாமி? ஏன் இவ்வளவு கோபம்?

ரகுபதி: என்ன நடந்ததா? அவமதிக்கப்பட்ட இந்தத் துர்க்கா தேவியையே கேள். என் வாயினால் எப்படிக் கூறுவேன்?

ஜயசிங்கன்: யார் அவமதித்தனர்?

ரகுபதி: அரசன் கோவிந்தமாணிக்யன்!

ஜயசிங்கன்: அரசனா! யாரை அவமதித்தார்?

ரகுபதி: யாரை? உன்னை, என்னை, சகல சாத்திரங்களை, சர்வதேசங்களை, சர்வகாலங்களை, அனைத்துக்கும் மேலான அன்னை பராசக்தியை! அவளுக்குரித்தான பலியை நிறுத்திவிட்டான். சட்டமாம் சட்டம்! உயிர்ப் பலித் தடைச் சட்டம்.

ஜயசிங்கன்: அரசனா? நிஜமாகவா? அப்படி இருக்காது குருவே!

ரகுபதி: நன்றிகெட்டவனே! உன்னைக் குழந்தைப்பருவம் முதல் மகனைப்போல் வளர்த்து வருகிறேன். அப்படி யானால் நான் சொல்வது பொய்யா? பலி கொடுத்தால் நாடு கடத்தப்படுமாம்?

ஜயசிங்கன்: நாடு கடத்தப்படுவது ஒரு தண்டனையா? தந்தையே என் உடலில் உயிர் உள்ளவரை தேவியின் பலி நிற்காது. நான் பார்த்துக்கொள்கின்றேன். நீங்கள் சாந்திகொள்ளுங்கள்.

காட்சி 5

இடம்: அரண்மனைத் தோட்டம்

தங்கம் தாதி: *(பாட்டு – ஜோதி பிரகாசமின்ன என்ற மெட்டு)*

> குணவதிஅம்மையர்க்குப் பணிவுள்ள தாதியர்கள்
> தினம் தினம் சேவை செய்குவோம் கனிமொழிபேசி

(கு)

அந்தப்புறத்தை நாங்கள் சொந்தமாயச் சுற்றி வந்து
விந்தையாய் அலங்கரித்து சிந்தையைக் குளிரச்செய்வோம்
(கு)

மைந்தனில்லையென்று மகாராணிகவலைப்பட்டால்
பைந்தமிழ்க் கதைகளைப் பரிவுடன் சொல்லுவோமே
(கு)

கட்டியன்: *(பாட்டு – அண்ணன் தம்பி இருவருமாய் என்ற
மெட்டு)*

அரண்மனைக்குள்ளிருக்கும் அந்தரங்கமே
அடிஅந்தரங்கமே – நீ
அன்பாகச்சொல்லிடுவாய் பொன்னுத்தங்கமே

தாதி: *(பாட்டு)*

அரண்மனை ரகசியத்தை சொல்லக்கூடாது
அய்யா சொல்லக்கூடாது
சொல்லிவிட்டால் எந்தனிட தலை மீளாது

கட்டியன்: தங்கம், அரண்மனையிலே என்னதான் நடக்கிறது?
ஒன்றும் புரியலயே. உனக்குத் தெரிஞ்சா சொல்லேன்.

தாதி: உனக்குத் தெரியாதா? ராஜா அருகிலேயே இருக்கே.
அப்ப, சாப்டு சாப்டு என்ன செய்ற?

கட்டியன்: தூங்கறேன்.

தாதி: அப்ப அத ஒழுங்காச் செய். போ.

(குணவதி வருகை)

தாதி: மகாராணி! வணக்கம். *(ரகசியமாக சொல்லுதல்)*
நீங்கள் அனுப்பிய பலியைத் திருப்பி அனுப்பிவிட்டார்கள்.

குணவதி: என்ன?

குணவதி: *(பாட்டு – போதும் போதும் பீஷ்மரே என்ற மெட்டு)*

அப்படிச்செய்தவன் யாரடி
அவனுக்கெத்தனைத் தலைகள் கூறடி
எப்படிமனம் துணிந்து
எனதிடப்பலிதனை
மெய்ப்படிக் காளிக்குப் பலி
யிடாமல் தடுத்தவன்
(அ)

குணவதி: நான் தேவி பூஜைக்காக அனுப்பிய பலி, கோயில்
வாயிலிருந்து திருப்பியனுப்பப்பட்டதா? அனுப்பியவன்

                                        பொ. ராஜகோபால்

யார்? அவன் கழுத்தில் எத்தனைத் தலைகள் உள்ளன? அந்த அபாக்யசாலி யார்?

தாதி: சொல்ல பயமாக இருக்கிறது அம்மா!

குணவதி: என்னிடம் சொல்ல பயமா? யாருக்காகப் பயப்படு கிறாய்?

தாதி: என்னை மன்னிக்கவேண்டும் மகாராணி! இதோ மகாராஜாவே வருகிறார்.

(தோழி உள்ளே செல்லுதல்)

குணவதி: வணக்கம் சுவாமி! கேட்டீர்களா செய்தியை! நான் தேவியின் பூஜைக்காக அனுப்பிய பலி ஆலய வாயிலிலிருந்து திருப்பியனுப்பப்பட்டுவிட்டதாம்.

கோவிந்தமாணிக்யன்: அது எனக்குத் தெரியும்.

குணவதி: உங்களுக்குத் தெரியுமா? நீங்கள் ஏன் தடுக்கவில்லை? எனக்கு அவமானம் உண்டாவதை அனுமதித்தீர்களா?

கோவிந்தமாணிக்யன்: என்னை மன்னிப்பாய் குணவதி!

குணவதி: உங்கள் உள்ளம் தயை நிரம்பியது என்பதை யானறிவேன். ஆனால் அரசே, இது கருணையல்ல; பேடித்தனம். இரக்கத்தினால் நீங்கள் தண்டனை அளிக்க விரும்பவில்லையானால் . . .

குணவதி: *(விருத்தம் – கேதாரகௌளம்)*

குற்றத்தைப்புரிந்திட்ட
கொடும்பாவி யாரென்று சொன்னால்
மற்றதைப் பார்த்துக் கொள்வேன்
மனமது தளர வேண்டாம் . . .

பற்றற்ற சாமிபோலே
பார்த்துமே வந்துவிட்டீர்
உற்றதைச் சொல்லுமெந்தன்
உளமதைச் சோதிக்காமல் . . .

குணவதி: தண்டனை யானளிக்கின்றேன். குற்றவாளி யாரென்று மட்டும் சொல்லுங்கள்.

கோவிந்தமாணிக்யன்: அன்பே! குற்றவாளி நான்தான். உனக்கு மனவருத்தம் உண்டாக்கியதைத் தவிர வேறு ஒரு குற்றத்தையும் நான் புரியவில்லை.

குணவதி: என்ன சொல்லுகிறீர்கள்?

கோவிந்தமாணிக்யன்: *(விருத்தம் – மோஹனம்)*

தெய்வத்தைச் சாட்சிவைத்து
செய்திட்ட ஜீவ ஹிம்சை
வையத்தில் வேண்டாமென்று
பையவே எடுத்துச்சொன்னாள் ...

மெய்யென உணர்ந்துயானும்
மேன்மைகள் பலவும் எண்ணி
செய்திட்டேன் பலிததடை
அன்னை செப்பியபடிக்கு இன்று ...

கோவிந்தமாணிக்யன்: இன்று முதல் திரிபுர ராஜ்ஜியத்தில் தெய்வத்தின் பெயரால் பிராணிகளின் ரத்தம் சிந்த விடுவது தடுக்கப்பட்டிருக்கிறது.

குணவதி: என்ன! யாரால் தடுக்கப்பட்டிருக்கிறது?

கோவிந்தமாணிக்யன்: அன்னை பராசக்தியாலேயே தடுக்கப் பட்டிருக்கிறது.

குணவதி: அன்னையின் கட்டளையைக் கேட்டவர் யார்?

கோவிந்தமாணிக்யன்: நான்தான் !

குணவதி: *(பாட்டு – அடக்கடி வாயை யடக்கடி என்ற மெட்டு)*

அதிசயமாக உள்ளது
அன்னை காளிகாதேவி
சொன்னாளென்று
சொல்லுவது   (அ)

சகல புவனங்களை
ஆளும் பராசக்தி
பலபல விண்ணப்பங்கள்
பகர்ந்தாளென்று சொல்வது   (அ)

குணவதி: சிரிப்புத்தான் வருகிறது மகாராஜா! அகிலலோக நாயகியாகிய அன்னை காளிகாம்பாள் தன்னுடைய தாழ்ந்த விண்ணப்பத்துடன் உங்கள் அரண்மனை வாயிலில் வந்து காத்திருந்தாள்போலும்!

கோவிந்தமாணிக்யன்: பரிகாசம் செய்யாதே குணவதி! அன்னையே என் முன்தோன்றி வாயில்லாப் பிராணி களின் துயரத்தை என்னிடம் தெரிவித்தாள். அதை உனக்கு எப்படி விளக்குவேன்?

                    பொ. ராஜகோபால்

காட்சி 6

இடம்: காளிகோவில்
(திருப்புக் காட்சி)

அபர்ணா: *(கந்தார்த்தம்)*

 காளியே நான் என்ன செய்வேன்
 கண்கலங்கிவாடுகின்றேன்
 தூலிகபாலித்தாயே
 துணை இழந்த எந்தன்

(பாட்டு – இருக்கின்றான் அண்ணா என்ற மெட்டு)

 வாயில்லாப்பிள்ளை நான் வருவதைப் பார்த்தபின்
 உணவருந்தும்பிள்ளை வாயில்லாப்பிள்ளை
 நோயுற்ற காலத்தில்
 தாயைப்போல் பார்த்தேனே
 தகுந்த உணவை
 தயையுடன் தந்தேனே
 பேயதுவந்து
 அறைந்தக்கதை போலே
 பாவி எவரோ தூக்கிப்
 பலிகொடுத்தாரையோ   (வா)

அபர்ணா: ஐய்யோ! நான் அருமையாக வளர்த்த என் செல்வத்தை யாரோ இப்படிக் கொண்டுவந்து பலி கொடுத்துவிட்டார்களே.

ஜயசிங்கன்: ஏ பெண்ணே! நீ ஏன் அழுகிறாய்? அனைத் துலகிற்கும் அன்னையாகிய தேவி தானாகவே எடுத்துக் கொண்ட வஸ்துவிற்காகக் கண்ணீர் வடிப்பது தகுதியல்ல. இதோ அரசரே வருகிறார். அவரையே கேட்டுப்பார்.

கோவிந்தமாணிக்யன்: ஜயசிங்கா! என்ன இங்கே?

ஜயசிங்கன்: வணக்கம் மகாராஜா!

கோவிந்தமாணிக்யன்: ஏனம்மா அழுகின்றாய்? நீ யார்?

அபர்ணா: மகாராஜா! என் பெயர் அபர்ணா. நான் அன்புடன் வளர்த்து வந்த ஒன்றும் அறியாத ஆட்டுக்குட்டியைப் பலவந்தமாகப் பிடித்து வந்து, காளிக்குப் பூசை என்ற

பெயரால் பலிகொடுத்துவிட்டு அன்னை தானாகவே எடுத்துக்கொண்டாள் என்று பொய் சொல்கிறார்கள்.

கோவிந்தமாணிக்யன்: அப்படியானால் நீ விரும்பிக் கொடுக்க வில்லையா பலிக்கு?

அபர்ணா: நான் ஏன் பலி கொடுக்கவேண்டும் இந்த அரக்கிக்கு?

ஐயசிங்கன்: சீச்சீ! தேவியைப்பற்றி இப்படிப்பட்ட வார்த்தைகள் உன் வாயிலிருந்து வரக்கூடாது.

அபர்ணா: ஏ அன்னையே! அனைத்துலகையும் ஆள்பவளே! ஏழைகளின் பொருள்களைப் பலவந்தமாகக் கவர்ந்து கொள்வதுதான் உன்னுடைய வழக்கமோ? அரசன் பொருள்களைக் கவர்ந்தால் அண்டத்திற்கெல்லாம் அதிபனாகிய கடவுள் தண்டிப்பார். நீயே களவுசெய்ய முற்பட்டால் உன்னை யார் விசாரணைக்குள்ளாக்க முடியும்? அரசே நீங்களே சொல்லுங்கள்.

கோவிந்தமாணிக்யன்: குழந்தாய்! எனக்குப் பேச நா எழவில்லை. இவ்வுலகில் ஏனிந்த ரத்தவெள்ளம்? ஏனிந்த துயரக்குரல்? இதை யார் விளக்க வல்லார்? *(உள்ளே செல்லுதல்)*

அபர்ணா: அதோ படிகளில் பெருகி வழிகிறதே. அது என் செல்வத்தின் ரத்தமா? ஐயோ! என் கண்ணே! உன்னை அவர்கள் வதைத்தபொழுது நீ எவ்வாறு அலறி அழுதாயோ? துயரம் நிறைந்த உன் கண்களால் நான்கு புறமும் நோக்கி எப்படி விழித்தனையோ? உன் மெல்லிய உடல் எப்படி நடுங்கிற்றோ? உனக்கு உதவப் பறந்தோடி வரமுடியாமல் என் உடல் எங்கிருந்ததோ? ஐயோ...

ஐயசிங்கன்: பராசக்தி! உன் மாயையை இன்னும் என்னால் அறிய முடியவில்லையே. மனிதர்களுக்குக்கூட கருணை பிறக்கிறது. அண்டங்களைப் பிறப்பித்த உனக்கு தயை யென்பதே கிடையாதா?

அபர்ணா: என் துயரத்தைக் கண்டு நீ வருந்துகிறாயே. இது தெரியாமல் உன்மேல் பழிபோட நினைத்தேன். நீ என்னுடன் வா. இக்கோயிலை துறந்து வந்துவிடு.

ஐயசிங்கன்: நான் இக்கோயிலை விட்டு எப்படி வரமுடியும்? அழவேண்டாம் அபர்ணா! நீ என் குடிசையில் தங்கிப் போவாய். வா!

காட்சி 7

இடம்: அரண்மனை

கோவிந்தமாணிக்யன்: *(பாட்டு – ஜென்மமெடுத்தநாள் முதலாக என்ற மெட்டு)*

ஆயிரம் காலமாய் நடந்திட்ட பூசையை
அன்னையே வந்து நிறுத்திடச் சொன்னாள்
பின்னை ஒருவரும் தடுத்திடவில்லை
என்மேல் கோபம் கொண்டிட வேண்டாம்
உன்னைத் திருத்திக்கொள்ளுவாய் குணவதி – நீ
உன்னைதிருத்திக்கொள்ளுவாய்

குணவதி: *(பாட்டு)*

முன்னோர் முறையாகச் செய்திட்ட பூசையைப்
பின்னே வந்து தடுத்திட உமக்கு
என்ன அதிகாரம் இருக்கின்றதோ அதை
என்னிடம் விளக்கிடும்நாதா
மன்னனென்ற மமதையோ இல்லாவிடல்
என்மேல் அன்பு இல்லையோ

குணவதி: நாதா! இரந்து கேட்டுக்கொள்கிறேன். மிகவும் தாழ்மையுடன் உமது சரணங்களில் வீழ்ந்து வணங்கு கிறேன். தொன்று தொட்டு வரும் வழக்கம், உலகம் தோன்றியது முதல் தன்னிச்சைப்படி வீசும் காற்றைப் போன்றது! அது அரசனின் சொத்தல்ல. இப்பொழுதே நமக்குக் குழந்தை இல்லை. ஆகையால் உம்முடைய பிரஜைகள் எல்லோருடைய சார்பில், உம் பட்டமகிஷி யாகிய நான் கைகுவித்துப் பிச்சை கேட்கிறேன். இப்பொழுதே உமது சட்டத்தை நிறுத்துங்கள்.

கோவிந்தமாணிக்யன்: குணவதி! அன்னையின் ஆணையை நான் மீறமுடியாது.

குணவதி: என்னாலும் மீறமுடியாது. தேவிக்கு நூறு எருமை களையும் முந்நூறு ஆடுகளையும் பலி கொடுக்க வேண்டிக் கொண்டிருக்கின்றேன். சாத்திரவிதிப்படி நான் காளி பூஜை செய்யப் போகிறேன். நீர் போகலாம். *(முகத்தை திருப்பிக் கொள்கிறார்)*

கோவிந்தமாணிக்யன்: *(கந்தார்த்தம்)*

முடியாது என்று சொன்னால்
முகமதைத் திருப்பிக்கொண்டு
பிடிவாதமாகப் பேசும் உன் பேச்சைக்

(பாட்டு)

கேட்டிடு வேணோ
போட்ட சட்டத்தை மாற்றிடுவேனோ
தாட்டிகமாகவே
நான்போட்ட சட்டத்தை
மேட்டிமையாகவே
செய்துமுடிக்குறேன்   (கே)

கோவிந்தமாணிக்யன்: ஆம் மகாராணி! கடமை கசந்து விட்டது. உன் முகமும் திரும்பிவிட்டது. எப்பொழுது நினைக்கின்றாயோ அப்பொழுது வருகின்றேன்.

(மன்னன் செல்கிறான்.)

குணவதி: செல்லும்! செல்லும்! இவ்வீட்டின் மீது தெய்வ சாபத்தைக் கொண்டுவந்து சேர்க்காதீர் ... யாரங்கே?

கட்டியன்: மகாராணி! வணக்கம். சொல்லுங்க.

குணவதி: சென்று ராஜபுரோகிதரை அழைத்து வா!

கட்டியன்: ஆகட்டும் மகாராணி.

காட்சி 8

இடம்: காளிகோவில்

கட்டியன்: குருவே! ஐயா குருவே! யோ ஐயரே!

ரகுபதி: ஏண்டா தலைதொப்பி?

கட்டியன்: இங்க வாய்யா!

ரகுபதி: என்னடா விஷயம்?

கட்டியன்: மகாராணி வரச்சொன்னாங்கோ. போ.

ரகுபதி: மரியாதை குறையுது. உன்னைப் பிறகு கவனித்துக் கொள்கிறேன் ...

பொ. ராஜகோபால்

காட்சி 9

இடம்: அரண்மனை

ரகுபதி: மகாராணி! அழைத்ததாகக் கேள்வி.

குணவதி: வணக்கம் குருஸ்வாமி! நான்தான் அழைத்தேன்.

குணவதி: *(பாட்டு – தர்க்கம்)*

> குருவே நான் அனுப்பிய பலிதனை
> நீர் எப்படித் திருப்பிடத் துணிந்தனை

ரகுபதி: *(பாட்டு – தர்க்கம்)*

> துணிந்து விதித்திட்டார் சட்டமே
> இப்போது படுகின்றோம் கஸ்டமே

குணவதி: *(பாட்டு – தர்க்கம்)*

> கஸ்டத்தை மாற்றிட நானுமே
> பலிபூஜை செய்திட வேணுமே

ரகுபதி: *(பாட்டு – தர்க்கம்)*

> வேணுமென்று சொன்ன ராணியே
> மன்னன் அறிந்தாலென்திராணியே

ரகுபதி: ஒன்று மாத்திரம் தெளிவாகத்தெரிகிறது மகாராணி. எப்பொழுது சிங்காதனத்தின் நிழல் ஆலய வாயிலின் மீது விழ ஆரம்பிக்கிறதோ, அப்பொழுதே அன்னையின் சீற்றம் அதை நீர்க்குமிழிபோல் வெடிக்கச் செய்துவிடும். காலங்காலமாக இவ்வரசனின் முன்னோர்களால் மேகங் களுக்குமேல், உன்னத நிலைக்கு உயர்த்தப்பட்ட ராஜ மகிமை சிறிது நேரத்தில் மண்ணோடு மண்ணாக...

குணவதி: காப்பாற்றுங்கள் சுவாமி! காப்பாற்றுங்கள்!

ரகுபதி: ஆகா, நான் எப்படி உன்னைக் காப்பாற்றுவது? இப்பூவுலகமல்லாது மேலுலகத்தையும் ஆட்சிபுரிவதாகப் பெருமையயடித்துக் கொண்டு பலி தடைசெய்தானே அரசன் அவருடைய பட்டமகிஷி நீர்! நீர் எங்கே தேவர்களையும் பிராம்மணர்களையும்... சீச்சீ வெட்கம். பிராம்மண சாபம் எங்கே போயிற்று? கலியின் மகிமையினால் பிராம்மணனின் சாபம் எல்லாம் அவனுக்கே திரும்புகிறது. *(பூணூல் அறுப்பதுபோல் பாவனை)*

குணவதி: என்ன செய்யத் துணிந்தீர்கள்? குருவே பொறும்! பொறும்! குற்றமற்ற என் மீது தயைபுரியும்.

ரகுபதி: அப்படியாகில் பிராமணனின் அதிகாரத்தை அவனுக்குத் திரும்பவும் அளிப்பாயா?

குணவதி: அளிக்கிறேன் சுவாமி. கோயிலுக்குச் சென்று பூஜையைத் தொடங்குங்கள். உங்களுக்கு எந்த விதமான இடையூறும் நேராது.

ரகுபதி: மகாராணி, உன்னுடைய கட்டளையால் தேவர்கள் உகப்படைந்தனர். உன்பெயரை வாழ்த்திக்கொண்டு பிராம்மணன் தன்னுடைய உரிமையைத் திரும்பப் பெற்றான். கலியுகம் முடிந்து கல்கியவதாரம் தோன்றும் வரை உன் புகழ் நிலைத்து நிற்கும்.

கட்டியன்: கல்கி வர்ற வரைக்குமா? அவ்வளவு நாளா? நான் அவரைப் பார்த்திருக்கிறேனே காஞ்சிபுரத்தில்! அவர் கொல்கத்தா இன்னும் வந்து சேரவில்லையா?

குணவதி: தாம்பூலம், அங்கவஸ்திரம் பெற்றுச்செல்லுங்கள் சுவாமி!

ரகுபதி: அங்கவஸ்திரத்தோடு ஷேஷிக்கு பட்டுச்சேலையும் இருந்தா நன்னா இருக்கும்.

கட்டியன்: இருக்கும் . . .

ரகுபதி: டேய் . . .

குணவதி: பெற்றுக்கொள்ளுங்கள் சுவாமி!

ரகுபதி: நல்லது! *(தட்டோடு பையில் போடுகிறார்)*

கட்டியன்: வெள்ளித்தட்டு சுவாமி! . . .

ரகுபதி: இப்போது இதுவே போதும். திருவிழா முடிந்த பிறகு பெற்றுக்கொள்கிறேன் தங்கத்தட்டு!

கட்டியன்: சர்தான். ஐய(ரை)ர விட்டா சுருட்டிண்டு போய்டுவார் போலிருக்கு.

ரகுபதி: டேய்! நீ தொட வேண்டாம். நான் எடுத்துச் செல்கிறேன். நீ சென்று சேனாதிபதி நயனராயைக் கோயிலுக்கு வரச்செய்!

கட்டியன்: ரொம்ப நல்லதாப் போச்சி. நான்போய் சொல்கிறேன் சுவாமி!

பொ. ராஜகோபால்

காட்சி 10

இடம்: காளிகோவில்

ஜயசிங்கன்: குருவே வணக்கம்! கொடுங்கள் பையை.

நயனராய்: *(விருத்தம்)*

எந்தனை அழைத்த சேதி
இட்ஷணம் உரைத்தீரானால்
பந்தமாய் முடித்துவைத்து
பாங்குடன் சொல்லுவேனே...

விந்தையாய் நடந்ததென்ன
விளக்கமாய்ச் சொல்லுமையா
நிந்தையை நீக்கியானும்
சிந்தையைக் குளிரவைப்பேன்...

நயனராய்: குருவே நமஸ்காரம். ஏன் மனக்கலக்கம்? என்னை ஏன் அழைத்தீர் சொல்லுங்கள்.

ரகுபதி: அன்னை பராசக்தியினிடத்தில் உனக்குப் பக்தி சற்றும் இல்லையா?

நயனராய்: இப்படி ஏன் பேசுகிறீர்கள்? பரம்பரையாகவே பராசக்திதான் எங்கள் குல தெய்வம்.

ரகுபதி: நல்லது. அப்படியானால் நீயும் எங்களைப்போல் தேவியின் அடிமைதானே?

நயனராய்: சுவாமி! அன்னையின் அடியார்கள் அனைவருக்குமே நான் அடிமை.

ரகுபதி: மிகவும் நன்று. உன் தெய்வ பக்தி என்றும் குறையாமல் வளரட்டும். அது உனது புயங்களுக்குப் பிறர் வெல்ல முடியாத சக்தியை அருளட்டும். உன்னுடைய வாளைக் கூர்மையுடையதாக்கி இடிக்கு நிகரான வலிமையை அதற்கு அளிக்கட்டும்.

நயனராய்: அந்தணராகிய உம்முடைய ஆசீர்வாதம் வீண் போகாது சுவாமி!

ரகுபதி: அப்படியானால் கேள். சேனைத்தலைவனே! உன்னுடைய சேனைபலம் அனைத்தையும் பராசக்தியின் பக்கம் திரட்டு. அவளுக்குத் துரோகம் செய்யும் அனைவரை யும் நாசம் செய்.

நயனராய்: *(பாட்டு – அடதாளம்)*

அன்னைக்கு எதிரிகள் ஏது
இப்போதே என்னிடம் ஓது
பாரில் பகைவரை விட்டிடுவாளா
பாதகஞ் செய்வோரை வெட்டிடுவாளே   (அ)

நயனராய்: குருவே! தேவி பராசக்திக்குக் கூட எதிரி இருக்கின்
றார்களா?

ரகுபதி: *(பாட்டு)*

இருக்கின்றானப்பா அன்னைதேவிக்கு
ஆகாத எதிரி இருக்கின்றானப்பா
திருகலிலாமலே தீரமாய் ஆண்டார்கள்
ஒரு நொடிதன்னிலே பலித்தடைசெய்ததால்
வருமுன்னமே காளிக்குக் கோபம்
பெரும்படைதிரட்டிப் போரிலே வெல்லுவாய் (இ)

ரகுபதி: உன் அரசன்தான் அன்னைக்கு எதிரி. படை திரட்டி
அவனைத் தாக்கு!

நயனராய்: என்ன! மகாராஜாவா எதிரி? குருவே என்னைப்
பரிட்சை செய்கிறீர்களா?

ரகுபதி: பரிட்சைதான். நீ யாருடைய அடிமையென்பது
இச்சமயம் பரிட்சிக்கப்படும். கவலையை விடு; மனக்
கலக்கத்தை ஒழி! இனி காலதாமதம் கூடாது. ஊழிக்
காலத்தின் சிகரம்போல் அதிதேவதையாகிய அன்னையின்
ஆணை ஒலிக்கிறது. புறப்படு.

ஜயசிங்கன்: என்ன! மகாராஜாவைக் கொல்ல... *(ரகுபதி
வாயை பொத்துகிறார்.)*

நயனராய்: நம்பிக்கை துரோகம் செய்ய வேண்டுமா? சகல
உலகத்திற்கும் தாயாகிய அன்னையே, மானிட இதயங்
களின் நம்பிக்கைக்கு ஆதாரம். அப்படி இருக்க அவள்
நாவினாலேயே சொல்லுவாளா அரசனை ஒழிக்க!
வேண்டாம் இந்தத் துர் ஆலோசனை.

ரகுபதி: நயனராய்! உனக்கேனிந்த பிரம்மை? அன்னைக்கு
நம்பிக்கைத் துரோகம் செய்த அரசனை...

நயனராய்: போதும் உங்கள் புத்திமதி. நான் வருகின்றேன்.

ஜயசிங்கன்: குருநாதா ஏன் இப்படி? படைபலம் எதற்கு?
ஆயுதங்கள் எதற்கு? நாம் எதற்கு அஞ்சவேண்டும்?

நாம் அன்னையின் உண்மையான தொண்டர்களானால் அவளுடைய பூஜையைத் தொடங்குவோம். அதோ கேளுங்கள். அன்னையே சொல்கிறாள்.

ரகுபதி: எங்கேயடா சொல்கிறாள் அன்னை?

ஐயசிங்கன்: முன்பு சேனாதிபதியிடம் தெரிவித்தீரே, அதைப் போலத்தான்!

ரகுபதி: ஐயசிங்கா! யாரிடம் கற்றுக்கொண்டாய் இதை?

ஐயசிங்கன்: எல்லாம் உங்களிடந்தான் குருவே! அது இருக்கட்டும். உண்மையிலேயே மன்னனைக் கொல்ல அன்னை ஆணையிட்டாளா?

ரகுபதி: ஆமாமடா ஐயசிங்கா! தேவியின் பலியை நிறுத்திய ராஜனின் ரத்தம் வேணுமென்கிறாளே, என்மீது நம்பிக்கை இல்லையா?

ஐயசிங்கன்: கவலைப்படாதீர்! உமது ஆசையை நான் நிறைவேற்றுகிறேன். குருவே! ஆலயத்தின் முரசைக் கொட்டுங்கள். ஊர் ஜனங்களை அழைத்து வாருங்கள். கோயில் கதவை அகலத் திறவுங்கள். வாருங்கள், நகர மாந்தரே! அன்னைக்குப் பலிபூசைத் திருவிழா நடைபெறப் போகிறது. அனைவரும் வாருங்கள்.

காட்சி 11

இடம்: அரண்மனை

நக்ஷத்திரராாய்: *(பாட்டு)*

> மன்ன ரழைத்தசேதி
> சின்னஞ் சிறுவனுக்கு
>
> முன்னே உரைசெய்து
> பின்னே அழைத்துச் செல்வேன்

(ராணி வருகிறார்.)

குணவதி: இளவரசே! கொஞ்சம் நில்லுங்கள். உங்களிடம் தனியாகப் பேசவேண்டும்.

நக்ஷத்திரராாய்: நேற்றுதான் என்னைக் குருநாதர் குழப்பி விட்டார். இன்று நீங்கள் என்னைத் தனியே இருக்கச் சொல்ல காரணம்?

குணவதி: காரணம் இருக்கிறது. குருநாதர் ஏதோ சொன்னார் என்றாயே, அதைச்சொல் முதலில்!

நக்ஷத்திரராய்: அதுவா... நான் ராஜாவாக ஆவேன் என்று காளி சொன்னதாகச் சொன்னார்.

குணவதி: அதுதான் முடியாது, உன் எதிரி துருவன் இருக்கும் வரை!

நக்ஷத்திரராய்: துருவன் எனக்கு எதிரியா? என்ன சொல்கிறீர் மதனி?

குணவதி: உனதண்ணன் அன்பெல்லாம் இவன் மீதுதான்! இன்று அவர் மடிமீது விளையாடுகிறவன் கொஞ்சங் சொஞ்சமாக முடியையும் கைப்பற்றி விடுவான், நீ சும்மா இருந்தால்!

நக்ஷத்திரராய்: *(சற்று யோசித்து)* ஆமாம்... ஒரு நாள் விளையாடும் பொழுது துருவனின் தலையில் முடிசூட்டி அழகு பார்த்து விளையாடினார். நான் விளையாட்டென்று நினைத்தேன்.

குணவதி: ராஜமுடியை வைத்துக்கொண்டா விளையாட்டு? அந்த விளையாட்டை நீ நிறுத்தாவிடில் நீ ஒரு பொம்மை ஆகி விடுவாய்.

நக்ஷத்திரராய்: இதற்கு நான் என்ன செய்வது?

குணவதி: எப்படியாவது துருவனைக் கொண்டுபோய்க் காளிக்குப் பலியிட்டு விடு. அவனுடைய ரத்தத்தினால் அன்னையின் கோபம் தணியும். இந்த ராஜவம்சத்தின் சிங்காதனம் ஸ்திரப்படும். உன் முன்னோர்கள் உன்னை வாழ்த்துவர். புரிகிறதா?

நக்ஷத்திரராய்: புரிகிறது. தெளிவாயிற்று. அன்னை திருப்தி யடைய, சிங்காதனம் காப்பாற்ற, முன்னோர்கள் சாந்தி யடைய இதைச் செய்தே முடிக்கின்றேன்.

காட்சி 12

இடம்: காளிகோவில்

ரகுபதி: *(பாட்டு – ராஜசுயாகம் செய்ய என்ற மெட்டு)*

பூஜை நான் செய்வேனே காளிக்கு
பூஜை நான் செய்வேனே

நாட்டிலுள்ள மக்கள்
அனைவரையும் சேர்த்து
நல்ல பலியது
நான் தருவேனே   (பூஜை)

(சிலையைத் திருப்புதல்)

அபர்ணா: *(பாட்டு)*

அருமையான திட்டம் இந்த
அய்யர்போட்ட திட்டம்
அவனியிலே அனைவருமே
புரிந்துகொள்ளக் கஷ்டம்   (அ)

ஊரைக் கெடுக்க எத்தனைபேரு
உன்னைப்போலே இருக்கிறாரு

அபர்ணா: பார்த்தாயா ஜயசிங்கா?

ரகுபதி: அடி கள்ளி! நீயேன் இங்கு வந்தாய். ஒன்றுமறியா அப்பாவி மகனைக் கெடுத்ததுமல்லாமல் அவனைப் பித்தனாக்கி அழைத்துச் செல்லப் பார்க்கிறாயா? அது தான் முடியாது. போய் விடு இக்கோயிலை விட்டு!

அபர்ணா: என்னைக் கண்டால் உனக்கேன் பயம்? நான் ஏன் போக வேண்டும். அன்னையின் ஆணை என்ற பெயரால் நீ நடத்தும் நாடகத்தைப் நான் பார்க்க மாட்டேனா? என் இஷ்டப்படி வருவேன், போவேன். *(அபர்ணா செல்கிறாள்.)*

ரகுபதி: ஜயசிங்கா! பார்த்தாயா இவள் பேச்சையும் போக்கையும்?

ஜயசிங்கன்: *(பாட்டு – பெண்ணே உனை அழைத்த என்ற மெட்டு)*

என்னக் கொடுமையிது
அவனியில் நடப்பது
பண்ணப் பாவந்தானோ
அன்னையே

அண்ணனைக் கொல்லவே
தம்பியைத் தூண்டுரார்
தன்னலமுள்ளவர் அன்னையே

போற்றிப் பணிந்திட்ட
புகழ்பெற்ற என்குருவும்

பொல்லாங்கு நினைக்கின்றார்
என்தாயே

பொன்னுராஜனையே
இன்னும் பணிந்துவாரேன்
கண்போன்று காப்பாயே
என்தாயே

ஜயசிங்கன்: பராசக்தி! இது என்னகொடுமை? உன் கோயிலுக்
குள்ளேயே இவ்வளவும் நடக்கிறதே? உன் கோபக்கனல்
எங்கே போயிற்று? சண்டிகையே! உன் கையில் வாள்,
சூலம் எல்லாம் எதற்கு? எல்லாம் உன்னுடைய ஆணை
யினால் தான் நடக்கிறதென்றால் திருடன் சுரங்கத்தினுள்
மறைவதைப் போலல்லவா இருக்கிறது. ஐயோ இது
என்ன பாவம்?

ரகுபதி: *(பாட்டு – அரவசயனா என்ற மெட்டு)*

பாப புண்ணியம் பாரினில் பார்த்தால்
வாழ்ந்திடமுடியாது, மனிதர்கள்
வாழ்ந்திட முடியாது
பழியோரிடமும் பாபமோரிடமும்
சேர்ந்திடும் தப்பாது, மகனே   (பா)

ரகுபதி; குழந்தாய்! பாபம், புண்ணியம் என்று ஒன்றும்
கிடையாது. அண்ணன் யார்? தம்பி யார்? தான் யார்?
பிறர் யார்? கொலை செய்வது பாபம் என்று யார்
சொன்னார்கள்? இவ்வுலகமே ஒரு பெரிய கொலைக்
களம். கண்ணிமைக்கும் நேரத்தில் லக்ஷக்கணக்கான
உயிர்கள் மடிந்து விடுகின்றன. இது யாருடைய திரு
விளையாடல்? இவ்வுலகின் மண்ணுடன் கொலை
இணைபிரியாத வண்ணம் கலந்திருக்கிறது. நாம் எடுத்து
வைக்கும் ஒவ்வோரடியின் கீழும் நசுங்கி மடியும் நூற்றுக்
கணக்கான புழு பூச்சிகளுக்கு உயிர் இல்லையா? காலம்
என்கிற முதியவன் உலகமாகிற ஓலையில் கணந்தோறும்
தோன்றி மறையும் இவ்வுலகின் சரித்திரத்தை ஓய்வின்றி
ரத்த எழுத்துக்களாலேயே எழுதிக் கொண்டிருக்கிறான்.
காட்டிலும் கொலை, நாட்டிலும் கொலை, வீட்டிலும்
கொலை, பறவை கூட்டிலும் கொலை. ஆழமறியா
கடல் நீரிலும் கொலை, நிர்மூலமான ஆகாயத்திலும்
கொலை, விளையாட்டிற்கும் கொலை, உத்தேசமின்றியும்
கொலை, சகல அண்டங்களும் கொலை என்கிற
அஸ்திவாரத்தின் மீதிலியே சலித்துக்கொண்டிருக்
கின்றன. புலிக்குப் பயந்து ஓடும் மானைப்போல்,

             பொ. ராஜகோபால்

ஒரு கணமும் நிற்க சாத்யமில்லாமல் அண்டங்கள் சுழன்று கொண்டிருக்கின்றன. காலரூபினியாகிய மாகாளி ரத்த தாகத்தினால் வறண்ட தனது சிவந்த நாக்கை வெளியே தொங்க விட்டுக்கொண்டிருக்கிறாள். அவள் கையில் ஏந்தியிருக்கும் மண்டையோட்டில் உலகின் நான்கு திசைகளிலிருந்தும் வற்றாத ரத்த அருவி பாய்கிறது.

ஐயசிங்கன்: நிறுத்தும், நிறுத்தும்! மாயாவினியாகிய அன்னையே! பிசாசினியே! தாயில்லாத இவ்வுலகத்திற்கு அன்னை என்கிற மாயா வேஷத்துடன் உன் ரத்த தாகத்தைத் தணித்துக்கொள்ளவா அவதாரம் செய்திருக் கிறாய்? ஐயோ! என்ன கொடுமை இது? அப்படியானால் நீ அரக்கியா? தெய்வமில்லையா?

ரகுபதி: ஐயசிங்கா! ஆலய மணியோசை கேட்டு நாட்டு மக்கள் அதோ வருகிறார்கள். நீ சென்று வாயிற்கதவைத் திறப்பாய்.

காட்சி 13

இடம்: ஊர்ப் பொதுவிடம்

நகரமாந்தர்: *(பாட்டு – சுப்பா ஷே ஷா என்ற மெட்டு)*

அண்ணா தம்பி மாமன் மச்சான்
ஒண்ணா வாருங்க
ஆடு மாடு கோழி பலி
கொண்டு வாருங்க

நாட்டு மக்கள் நல்லா இருக்க
வேண்டிக் கொள்ளுங்க
பாட்டுப்பாடிப் பொங்கல் வைத்து
பூஜை போடுங்க   (அ)

கணேசன்: டேய் கானு, ஹாரு, அக்ரூரான் எல்லாம் வாங்கடா!

நிஸ்தாரினி: இருங்கப்பா நானும் வர்றேன்.

கானு: நிஸ்தாரினியம்மா! பொங்கல் கூடை எடுத்து வர்ரீங்களே பிரார்த்தனையா?

நிஸ்தாரினி: மகள் உடம்பு சரியில்லை. அதற்குத்தான் பிரார்த்தனை.

கணேசன்: சரி, வாங்க வாங்க!

காளு: ஆ! என்ன இது? அம்மன் முகத்தைக் காணவில்லை.

நகரமாந்தர்: *(பாட்டு)*

தேவியை வணங்க வந்தோம் குருதேவா
தேவி திருப்பிக்கொண்டாள் முகத்தைத்தானே குருதேவா
என்ன பாவம் செய்துவிட்டோம், குருதேவா
எடுத்துச் சொல்லும் எங்களுக்கு குருதேவா

ரகுபதி: *(பாட்டு)*

மன்னன் போட்ட சட்டத்தினால் மக்களே
மாகாளி கோபம் கொண்டாள் மக்களே
முன்னோர் செய்த பூஜையினால் மக்களே
இன்னும் பிழைத்திருக்கக் காலமடா மக்களே

ரகுபதி: மன்னன் அன்னைக்குப் பலிபூஜை கூடாது என்று சட்டம் போட்ட பிறகு நம்மீது கோபித்துத் திருப்பிக் கொண்டாள்.

காளு: வேறு எவ்வளவோ வேலைகள் இருக்கிறது. அதை யெல்லாம் விட்டுவிட்டு கோயில் விவகாரத்தில் இவர் ஏன் தலையிடவேண்டும்?

நிஸ்தாரிணி: காலங்காலமாக நடந்து வரும் பூஜையை நிறுத்த இவருக்கு மட்டும் என்ன உரிமை?

கணேசன்: இதோ மகாராணியே வருகிறார்கள். அவர்களைக் கேட்ப்போம்.

(கூடவே நக்ஷத்திரராாய், துருவன் வருகின்றனர்.)

மக்கள்: மகாராணி! அனைவரும் வணங்குகிறோம். நீங்களே சொல்லுங்கள் ஞாயத்தை!

(அனைவரும் பேசுதல்)

குணவதி: பொறுங்கள் உங்களுக்குத் தேவியின் பூஜை நடக்க வேண்டுமா?

மக்கள்: ஆமாம் மகாராணி!

குணவதி: குருதேவா! ஏன் தாமதம்? பூஜையைத் தொடங்குங்கள்.

அக்ரூரன்: குருதேவா பூஜைதான் போடப் போறோமே, அம்மனை திரும்பச் சொல்லுங்க!

ரகுபதி: நீங்கள் பூஜை போடுங்கள். அம்மன் தானாகத் திரும்புவாள்.

பொ. ராஜகோபால்

குணவதி: குருநாதரே! நீங்கள் சொன்னபடி எல்லாம் தயாராக இருக்கிறது. பூசையை ஆரம்பிக்கலாம். முழக்குங்க வாத்தியங்களை!

ரகுபதி: அம்பிகையே! தாயே மகமாயி! உன்னை நம்பியே பூசை ஆரம்பிக்கிறேன்.

(பம்மை, சிலம்பு வாத்தியம் முழக்குதல்)

பூசாரி: *(பாட்டு – தாயே உனையான் நம்பினேன் என்ற மெட்டு)*

உன்னையே நாம் நம்பினோம் ஆதிபராசக்தி
ஓடிவந்து காத்திடுவாய் ஆதிபராசக்தி!
கல்லென்று சொன்னவரை ஆதிபராசக்தி
கட்கத்தாலே கொன்றிடுவாய் ஆதிபராசக்தி

இரும்பென்று சொன்னவரை ஆதிபராசக்தி
யீட்டியாலே வாட்டிடுவாய் ஆதிபராசக்தி
பாறையென்று சொன்னவரை ஆதிபராசக்தி
ஊரைவிட்டு ஓட்டிடுவாய் ஆதிபராசக்தி
அரக்கியென்று சொன்னவரை ஆதிபராசக்தி
முறுக்கியெறிந்திடுவாய் ஆதிபராசக்தி
சிரிக்கியென்று சொன்னவரை ஆதிபராசக்தி
உருக்கிக் குடித்திடுவாய் ஆதிபராசக்தி

பொன்னியாகப் பிறந்தவளே ஆதிபராசக்தி
பொன்னடியைத் தொழுதிட்டோமே ஆதிபராசக்தி
பொல்லாத உலகத்திலே ஆதிபராசக்தி
பொன்னுராஜனைக் காத்திடுவாய் ஆதிபராசக்தி   (உ)

நிஸ்தாரினி: *(பாட்டு)*

காளியடா காளியடா
கொல்கத்தா காளியடா
நீலியடா நீலியடா
திருஆலங்காடு நீலியடா

பரிகாசம் பண்ணுவோரை
படமெடுத்துக்கொன்றிடுவேன்
நெறியாகத் துதிப்பவரை
நிலையாகத் வாழவைப்பேன்   (கா)

நிஸ்தாரினி: ஏண்டா சும்மா இருக்கிறீர்கள். எனக்கு தாகவிடா அதிகமாகிறது. சீக்கிரம் பலி கொடுங்க.

குணவதி: இளவரசே! சீக்கிரம் ஆகட்டும். தேவியே சொல்லி விட்டாள்.

துருவன்: என்னை எங்கே அழைக்கின்றீர் இளவரசே?

(நக்ஷத்திரராய், துருவனைக் கோயிலுக்குள் பலிகொடுக்க அழைத்துச் செல்லும்போது, ராஜா, சேனாதிபதி வருகிறார்கள்.)

கோவிந்தமாணிக்யன்: *(பாட்டு)*

தம்பி நக்ஷத்திரா நில்லு
பலிபீடம் செல்வதேன் சொல்லு

நக்ஷத்திரராய்: *(பாட்டு)*

என்னைத் தடுக்காதே அண்ணா
அன்னை ஆக்கினை செய்வேன் மன்னா

கோவிந்தமாணிக்யன்: நிறுத்துங்கள்! என்ன நடக்கிறது இங்கே?

(துருவன் அழுதுகொண்டே ராஜா அருகில் ஓடுகிறான்.)

கோவிந்தமாணிக்யன்: அழாதே துருவா! உனக்கு ஒன்றும் நேராது. நான் உங்களனைவருக்கும் சொல்கிறேன், கேளுங்கள்! நாம் நமது அன்பால் அன்னைக்கு நன்றிக் கடன் செலுத்தலாம். அன்னையும் அன்போடு அதை ஏற்று நம்மைக் காப்பாற்றுவாள். உயிர்ப்பலி கொடுக்கும் மூடப் பழக்கத்தை விடுங்கள்.

ரகுபதி: விட்டால்தான் இத்தனை நாள் பட்டோமே, போதாதா?

கோவிந்தமாணிக்யன்: குருநாதா! இது எல்லாம் உங்கள் வேலைதானா? அன்னை உங்களிடம் வந்து ரத்தபலி கேட்டாளா?

ரகுபதி: ஆமாம் கேட்டாள்; ராஜ ரத்தமே வேணுமென்று கேட்டாள்.

ஐயசிங்கன்: தந்தையே! போதும் நிறுத்துங்கள்! அன்னையின் ஆணை, அன்னையின் ஆணை என்று நீங்கள் நடத்தும் நாடகமனைத்துக்கும் தேவியையே பொறுப்பாளி ஆக்காதீர்கள்.

ரகுபதி: அவளே பொறுப்பு. ராஜ ரத்தத்தால் நிவேதனம் செய்யச் சொன்னாள். உனக்கென்னடா தெரியும்?

ஐயசிங்கன்: தெரியும். நிவேதனம் செய்யத் தெரியும். அகிலாண்ட கோடி பிரம்மாண்ட நாயகியான பராசக்தி தாயே என்று வணங்குகிறோம். ஆனால் நீயோ ஆட்டைக்

பொ. ராஜகோபால்

குடித்து, மாட்டைக் குடித்து, கடைசியில் மனித ரத்தத்தையே குடிக்கத் துணிந்து ராஜ ரத்தத்தைக் கேட்டாயா? அந்த அளவுக்கு ரத்தவெறி கொண்ட உனக்கு எந்த ரத்தம் இருந்தால் என்ன? இதோ என் சொந்த ரத்தம் அளிக்கின்றேன். சிந்தவிடாமல் குடித்து உன் அடங்கா தாகத்தை அடக்கிக்கொள். இந்தப் பலியோடு அடக்கிக் கொள்.

(ஜயசிங்கன் கத்தியால் குத்திக்கொள்கிறான்.)

ரகுபதி: ஆ மகனே ஜயசிங்கா!

அபர்ணா: அய்யோ ஜயசிங்கா! *(மூர்சையாகிறாள்)*

ரகுபதி: *(விருத்தம்)*

அன்னையே மாகாளியென்று
அனுதினம் பூஜைசெய்தேன்
என்னையே கலங்கச் செய்தாய்
என்ன நான் செய்வேன் இன்று...

உன்னையே வணங்கி வந்த
உன்மகன் ஜயசிங்கனை
கண்முன்னே பறித்துக்கொண்டாய்
காதகி நான் என்னசெய்வேன்...

ரகுபதி: இதோ பார். இது எதற்காக நின்று கொண்டிருக்கிறது. உயிர் இல்லாத கற்றூண், புத்தியில்லாத மூடனைப்போல்! வெறும் ஊமையான கற்சிலை, குருடு, செவிடு, நொண்டி. இன்று குடித்த ரத்தம் ஒரு நல்ல இதயத்தின் ரத்தமென்று உனக்குத் தெரியுமா? அடிப்பாவி! என்மகனைக் கொடுத்து விடு. ஜயசிங்கனைத் திருப்பிக் கொடு. ஏ பெண்ணே! அபர்ணா எழுந்திரு! உன் வாயால் என் மகனை ஜயசிங்கா என்று அழைப்பாய். உன்மேல் உள்ள அன்பால் எழுந்து வந்தால் நீயே அழைத்துப்போ. இனி எதற்கு இந்தக் கற்சிலை. இதை எடுத்துப் போய் ஜலத்தில் விட்டு, விடுத்தல் செய்து விடுங்கள்.

(ரகுபதி வெளியே செல்கிறார்.)

கோவிந்தமாணிக்யன்: ஜயசிங்கா! இந்த மக்களுக்காகவும் அவர்களின் மூடநம்பிக்கையை ஒழிக்கவும் உன் உயிரைப் பலி கொடுத்துவிட்டாயே!

குணவதி: மகாராஜா! அம்மனை விடுத்துவிட்டேன். இனி அனைத்து உயிரையும் தெய்வமாகத் துதிக்கின்றேன்.

கோவிந்தமாணிக்யன்: தீமை விலகிற்று. மறைந்த தேவி, இன்று மறுபடியும் என்னுடைய தேவியின் உருவத்துடன் திரும்பி வந்துவிட்டாள்.

கோவிந்தமாணிக்யன் & குணவதி: *(பாட்டு – நீயே கதியீஸ்வரி என்ற மெட்டு)*

உண்மை உணர்ந்தோம் அம்மா
தண்மை அறியாமல்
தவறு செய்தோம் அம்மா
உண்மை உணர்ந்தோம் அம்மா

உலகில் உனக்கு
உயிர்ப்பலி கொடுக்க
பலப்பல விதமாய்ப்
பிரார்த்தனை செய்தல்

நல்லதல்ல வென்று
நயமுடன் உரைத்து
அல்லலை அறுத்த
அம்பிகையே தாயே
                    (உண்மை)

சுபமங்களம் – சுபமங்களம் – சுபமங்களம்

                    பொ. ராஜகோபால்

ராமராவணா

(2011)

ராமராவணா கூத்து பொ. ராஜகோபாலும் ஹன்னா எம். டி பூருயினும் இணைந்து உருவாக்கியது. 2011 பிப்ரவரி 23இல் ஆரோவில்லில் நடந்த ஆதிசக்தி ராமாயண விழாவில் முதன்முறையாக அரங்கேறியது. கட்டைக்கூத்து இளங்கலைஞர் குழு இதை நிகழ்த்தினார்கள்.

சீதா	– ரா. மகாலட்சுமி
லட்சுமணன்	– மு. வேண்டா
ராவணன்	– ச. தமிழரசி
சூர்ப்பனகை	– ப. திலகவதி
அனுமன்	– ச. அச்சுதா
ராமர்	– வீ. லோகேஸ்வரி
கோபாலன்	– மா. துரைசாமி
கோவிந்தன்	– ப. மூர்த்தி

துணை நடிகர்கள் & பின்னணி

மு. கிரீன்குமார், கு. ராதாகிருஷ்ணன், மு. லோக நாதன், ஆ. காண்டீபன், தே. அண்ணாதுரை, ப. பரந்தாமன், வ. கார்த்திகேயன், சு. பாலாஜி, ப. ரம்யா, மு. குமரேசன், ப. கிருபாகரன், செ. ஜோதி.

மேளம்

ஹார்மோனியம்	– ஜா. லோகநாதன்
மிருதங்கம்/டோலாக்	– த. ரங்கசாமி
முகவீணை	– த. வேலுச்சாமி
முதன்மைப் பின்பாட்டு	– பொ. ராஜகோபால்
தாளம் & பின்பாட்டு	– ஆ. கைலாசம்

'ராமராவணா' என்ற கூத்திற்கு ராஜகோபால் வசனமும் பாடல்களும் எழுதினார். ஹன்னா உடைகளையும் கூத்து மேடையும் வடிவமைத்தார். அ.பழனி உடைகளைத் தயாரித்தார். ராஜகோபாலும் ஹன்னாவும் கூத்தை தயாரித்து இயக்கினர். ராமராவணா தயாரிப்பிற்கு உதவியவர்கள்: சு.கிருஷ்ணன் மற்றும் சொ.சந்திரன் (இசை), சங்கீதா ஈஸ்வரன் (நடனம்), மாஷா திமித்ரி (ராவணனின் புஷ்பக விமானம்), ஷெர்லி பெக்கன் (குறிப்பெடுத்தல்). ராமராவணா பின்னர் பாண்டிச்சேரி யில் நடந்த காமேலியன் விழா, 2012இல் நடந்த கட்டைக்கூத்து சங்கத்தின் வருடாந்திர கலைவிழா, தேசிய நாடகப் பள்ளியின் சார்பாக 2012இல் சென்னையில் நடந்த கூத்து விழா ஆகிய வற்றில் நிகழ்த்தப்பட்டது. கட்டைக்கூத்து குருகுலம் நடத்தும் பல்வேறு பயிற்சிப் பட்டறைகளில் ராமராவணாவும் இடம் பெற்றுள்ளது.

ராமராவணா உருவாக்கம்

ராமாயணம் அனைவரும் அறிந்த ஒரு கதை. எனவே அதைத் திரும்பச் சொல்லத் தேவை இல்லை என ராஜகோபால் கருதினார். மாறாக நேர்க்கோட்டிலான அதன் கதை சொல்லும் முறையிலிருந்து விலகி சில குறிப்பிட்ட பாத்திரங்களை மட்டும் முன்னிறுத்தி ராமன் – ராவணன், சீதை – சூர்ப்பனகை என இருவேறு கதாபாத்திரங்களுக்கு இடையே புதிய ஒப்புமை காணும்படியாகச் சில காட்சிகளை அமைத்திருந்தார். கண்ணாடியில் தெரியும் பிம்பங்களைப் போல ஒன்றின் பிரதிபலிப்பு மற்றொன்று என்பதாகக் காட்சிகள் கூத்தில் அமைக்கப்பட்டுள்ளன. இந்தக் கூத்தின் துவக்கத்தில் ராமனின் குரலில் மாரீசன் எழுப்பும் ஓலம் லட்சுமணனால் உறுப்புகள் அறுத்து சிதைக்கப்பட்ட சூர்ப்பனகையின் வேதனை அலறல் எதிரொலிப்பதாக இருக்கும்; இலங்கையில் இருந்து மீண்டு வந்த சீதையை ராமன் பார்க்கும் பார்வை, அவளைக் குழப்பத்தில் ஆழ்த்தியதோடு அவர்கள் முதல்முதலாகச் சந்தித்துக் காதல்வயப்பட்டபோது பார்த்த பார்வையை அவளுக்கு நினைவூட்டியது; சீதையை முதலில் அடங்கிப் போகச் செய்த லட்சுமணரேகை வேலி கடைசிக் காட்சியில் சீதையைச் சுற்றிய தீ வளையமாக மீண்டும் வெளிப்படுகிறது; இம்முறை இவ்வேலி சீதையை விடுதலை செய்வதாக அமைகிறது.

ராமன் இல்லாத ராமாயணத்தை உருவாக்குவதுதான் ராஜகோபாலின் எண்ணமாக இருந்தது என்றாலும், கூத்தின் இறுதியில் ஒரே ஒரு காட்சியில் ராமன் தோன்றி சீதையிடம் ஒரு வரி பேசுகிறான்:

பொ. ராஜகோபால்

"ராவணனைக் கொன்றது உனக்காக அல்ல
எனை காக்க உனை மீட்டேன்
நீ எங்கே வேண்டுமானாலும் போகலாம்."

சர்ச்சைக்குரிய கம்பராமாயன செய்யுள் ஒன்றிலிருந்து தூண்டுதல் பெற்று உருவானது இந்த வசனம் (யுத்தக்காண்டம் அத்தியாயம் 2; செய்யுள் 63, தொடர் எண் 3983). ராஜகோபாலின் இந்தக் கூத்திற்கு முதல் புள்ளியாக அமைந்தது இந்த வசனமே.

ராமாயணத்தின் செவ்வியல் வடிவத்தில் ராமன் பேசுவதே குறைவு; அவன் என்ன நினைக்கிறான் என்றோ உண்மையில் எப்படிப்பட்டவன் என்றோ அறிந்துகொள்வது மிகக் கடினம். தன்னைப் பற்றியே முழுமையாக அறியாத ஒருவனாகவே ராமன் தோற்றமளிக்கிறான். சரியான அடையாளம் இல்லாத ஒருவனைப்போல; அல்லது ஞாபக மறதி நோய்வாய்ப்பட்ட ஒருவனைப்போல. கம்பராமாயணத்திலேயே தேவர்கள் ராமனை யார் அவன் என்று நினைவுறுத்தும் பகுதியொன்று வருகிறது. ராமன் உள்ளொளியற்ற 'வெற்றிடமாக' – அறிந்து கொள்ளவும் புரிந்துகொள்ளவும் முடியாத ஒரு மனிதனாக – காட்டப்பெறுகிறான். நம்மில் சிலர் இதை 'இறைமை' என்றோ, 'கடந்த நிலை' என்றோ 'ஆன்மீக நிலை' என்றோ குறிப்பிடுகிறோம்.

கூத்தில் ராமன் இல்லை என்பதை மேடையில் மேலிருந்து தொங்கிக்கொண்டிருக்கும் கட்டைக்கூத்து கிரீடம் சுட்டிக் காட்டியபடி இருக்கும். கிரீடம் என்பது அதிகாரத்திற்கும் அரசாட்சிக்கும் குறியீடு; அதன் காட்சிப் படிமம் யார் இதை அணியப்போகிறார்கள் கேள்வியையும் எழுப்பக்கூடியது; பார்க்கக் கிடைக்காத ராமனா? இல்லை, நெருப்பில் இருந்து எந்தப் பாதிப்பும் இல்லாமல் வெளியேறிய சீதையா? மேடையில் இருந்து வெளியேறி இருண்ட அறியப்படாத எதிர்காலத்திற்கு செல்லும் சீதை அதற்குமுன் ஒரு முறை பார்வையாளர்களை நோக்கித் திரும்புகிறாள். ராஜகோபாலின் பின்னணிக் குரல் இந்தச் சந்தர்ப்பத்தில் ஒலிக்கிறது: "ராமா ராவணா ராஜ்யம் ஆளவே தேடுகின்றோம் உனைத் தேடுகின்றோம்".

ராமராவணா எந்தக் கதாபாத்திரத்தையும் வேறுபடுத்தியும் மோசமாகவும் சித்தரிக்கவில்லை; மேலும் நல்லது கெட்டது என்ற எண்ணங்களை அது கேள்விக்குள்ளாக்குகிறது. எனவே அனுமன் விலங்கு என்று எண்ணம் தோன்றக் கூடாது என்பதற்காக இந்தக் கூத்தில் அனுமனுக்கு வாலில்லை. சூர்ப்பனகை ஒரு அரக்கியாக காட்டப்படாமல் தனது விருப்பத்தை நேரடியாகத் தெரிவிக்கும் தைரியம் கொண்ட ஒரு அழகுப்பெண்ணாகக் காட்டப்படுகிறாள். ராஜகோபால்

இதற்கெனவே ஆராய்ச்சி செய்து கட்டைக்கூத்தில் அதிகம் இடம்பெறாத சிங்கார ரசத்தைக் கொண்டுவருவதற்காக தேவதாசி ஆடல்களில் பாடப்படும் 'ஆசைதிரவே என்னை' என்ற பாடலைப் பயன்படுத்தியுள்ளார். தனது ஆசையை வெளிப்படையாகத் தெரிவிப்பதன் மூலம் 'நல்ல பெண்' எப்படி நடந்துகொள்ள வேண்டும் என்று கூறும் வழிச் சமூக மதிப்பீட்டை மீறிச் செல்கிறாள். இந்த விதிமீறலுக்காக அவள் முலைகளும் மூக்கும் அறுக்கப்பட்டு தண்டனை அடைகிறாள். அவளைக் கொல்லாமல் அவளது அழகையும் பெண்மையையும் சிதைக்கும் லட்சுமணன் போருக்கு அழைப்பு விடுப்பதைப் போல ராவணனிடம் அவளைத் திருப்பி அனுப்புகிறான்.

கூத்தின் தலைப்பே சொல்லுவதைப் போல் ராமன் ராவணனாகவுமிருக்கலாம், ராவணன் ராமனாகவுமிருக்கலாம். இருவருமே ஆட்சியைத் தக்கவைக்க ஆசைகொண்டவர்களாக வும் அவர்களின் அதிகாரத்திற்கும் வீரத்திற்கும் கௌரவத்திற்கும் சவால் ஏற்படும்போது ஒரே மாதிரியான எதிர்வினை யாற்றுபவர்களாகவும் இருக்கின்றனர். ராமன் காரணமாக லட்சுமணனால் சூர்ப்பனகை அழகு குலைக்கப்படுவதால் ராவணன் சீதையைக் கவர்ந்து செல்லும் கட்டாயத்திற்கு ஆளாகிறான். தொடர்ச்சியாகப் பல வன்முறைச் சம்பவங்கள் நிகழ்வதற்கு இதுவே தூண்டுகோல் ஆகிறது.

இந்தக் கூத்து ராமன் ராவணன் இருவரின் நடத்தையையும் கேள்விக்குள்ளாக்குகிறது. ஒருவரை நீதி நெறியுடன் ஆட்சி செய்பவராக உருவாக்குவது எது? பரம்பரையா? ஒருவர் செய்யும் செயல்களா? நன்மை தீமை பற்றிய சமூகத்தின் தழும்பேறிப்போன பார்வையா? சீதையிடம் ராமனை விட்டுவிட்டுத் தன்னிடம் வந்துவிடும்படிக் கூறும் ராவணன், ராமனைக் கொடூரமான ராட்சதன் என்று அழைக்கிறான். ராட்சதன் / அரக்கன் என்ற பெயர் ராவணனோடுதான் வழக்கமாக இணைத்துப் பேசப்படும். கும்பகர்ணன், விபீஷணன், இந்திரஜித் மற்றும் மந்திரி மஹோதரன் ஆகியோர் ராவணனை நற்சிந்தனை வாய்ந்த அரசன் என்றும் சிறந்த பாடகன் என்றும் புகழ்கிறார்கள். கூத்தில் வரும் கட்டியக்காரர்களில் ஒருவன் சமகால அரசியலைக் கேலிசெய்வதுபோல ராவணனது ஆட்சியை 'ராவணராஜ்யம்' என்று குறிப்பிடுகிறான். ராவணனது கூட்டத்தினர் அவனது திறமைகளையும் மென்மையையும் பாராட்டுகிறார்கள். மேலும், இலங்கைத் தீவின் வளத்தையும் அமைதியையும் அழித்து அந்த மக்களை

கொன்று குவித்த போருக்குக் காரணமான ராமனின் இலங்கைப் படையெடுப்பையும் கேள்விக்குள்ளாக்குகிறார்கள்.

ராமராவணா கதை சீதையைக் கவர்தல், சூர்ப்பனகையை மானபங்கப்படுத்துதல், தங்கள் விருப்பமில்லாமலேயே ஏற்பட்டுவிட்ட நெருக்கடிகள் பற்றிய ராவணன் மற்றும் சீதையின் புலம்பலில் இருந்து ராமனின் வெற்றிக் காட்சிக்குச் செல்கிறது. ராஜகோபால் வன்முறையையும் கொலையையும் மரணத்தையும் புகழ்ந்து பேச விரும்பாதவர் என்பதால் ராமராவணப் படைகளுக்கிடையேயான போர்ப்பகுதியைக் கூத்தில் சேர்க்காமல் விட்டுவிட்டார். ஆனால் வன்முறை எப்படி வளர்கிறது என்பதை – மனிதனின் வீரத்தையும் கௌரவத்தையும் காப்பாற்றுவதற்காகச் செய்யப்படுவதாகச் சொல்லப்பட்டாலும் உண்மையில் அதிகாரத்தைத் தக்க வைக்கவும் விரிவுபடுத்தவும்தான் வன்முறை பயன்படுகிறது என்பதை கூத்து வெளிக்கொண்டு வருகிறது. பல நேரங்களில் பெண்கள் அவர்கள் அனுமதியில்லாமலேயே இந்தப் போட்டி யில் பகடைக்காய்களாக மாறிவிடுகிறார்கள். ராமராவணா போரில் சீதையும் சூர்ப்பனகையும் பலிகள்; பெண்களின் வழியே ஆண் பெண் இருவரின் கௌரவம் வரையறுக்கப் படுவதோடு அதைப் பாதுகாக்கச் செய்யும் செயல்களுக்கு நியாயமும் கற்பிக்கப்படுகிறது.

ராமராவணா கூத்தில் கட்டைக்கூத்தின் வீரரசமெட்டு களும் இசை நாடகம் மற்றும் தேவதாசி மரபின் தேர்ந்த இன்சுவை மெட்டுகளும் ஒன்றுடன் ஒன்றும் கலந்து வெளிப்படு கின்றன. கதை பெரும்பாலும் பாடல்கள், இசை மற்றும் காட்சிப்படிமங்களின் வழியாக நகர்கிறது. கூத்தில் வசனம் மிகக்குறைவு. கட்டியக்காரர்கள் இருவருக்கும் மிகமுக்கியமான பங்கு கூத்தில் அளிக்கப்பட்டுள்ளது. இரண்டாவது காட்சியில் ராவணன் நுழையும் காட்சி கட்டைக்கூத்திற்குரிய 'திரைப் பிரவேசத்தை' ஒத்ததாகயிருந்தாலும் கூத்தின் ஒட்டுமொத்த உணர்ச்சிநிலை அடங்கிய தொனியிலேயே – கிட்டத்தட்ட விம்மலைப்போலே – அமைந்துள்ளது.

2011 – 2012 ஆண்டில் இந்தக் கூத்து நிகழ்த்தப்பட்டபோது முதன்மைக் கதாபாத்திரங்களான சீதை, லட்சுமணன், ராவணன், ராமன், அனுமன் போன்றோர் முழு ஆடை அலங்காரத்துடன் காட்சியளித்தனர். ஆண்கள் மட்டுமே பங்கேற்கும் கட்டைக்கூத்தின் மரபை மாற்றி முக்கியமான நான்கு ஆண் பாத்திரங்களைக் கட்டைக்கூத்து இளம் கலைஞர்கள் குழுவைச் சேர்ந்த பெண்களே ஏற்று நடித்தனர்.

பொதுவாகக் கட்டைக்கூத்து நிகழ்வுகளில் பின்னணிப் பாடகர்கள் மேடையின் பின்பகுதியிலேயே இருப்பார்கள்; மாறாக இந்தக் கூத்தில் பின்னணிப்பாடகர்கள் கூத்தின் துவக்கம் முதல் இறுதிவரையிலும் மேடையிலேயே இருந்தார்கள். எந்தப் பாத்திரத்திற்கும் பொருந்தும்படியான வேடத்தை அவர்கள் இட்டிருந்ததால், பிரதான கதாப்பாத்திரங்களுடன் வரும் சின்னச்சின்ன பாத்திரங்களில் – கும்பகர்ணன், விபீஷணன், இந்திரஜித், சீதையின் தோழிகள் என நடிப்பதற்கு வசதியாக இருந்தது. காட்சி ஜோடனைகள் எவையுமில்லை. அதற்குப் பதிலாக, பின்னணிப்பாடகர்களே தங்கள் உடல் மொழி மூலமாக ராவணனின் புஷ்பக விமானம், லட்சுமண ரேகை மற்றும் கூத்தின் சீதையைச் சூழ்ந்து எரியும் நெருப்பு வளையம் போன்றவற்றை உருவாக்கினார்கள். ஆண்டிப் பண்டாரங்களைப் போல வரும் கட்டியக்காரர்களான கோவிந்தன் கோபாலன் இருவரும் சமுகப் பிரச்சனைகளையும் அவ்வப்போதுள்ள நடப்புகளையும் பற்றிய நகைச்சுவை கலந்த விமர்சனங்களை கூத்தின் இடையிடையே பின்னிக் களிப்பூட்டினர்.

பொ. ராஜகோபால்

கடவுள் துதி

ஒன்றா இரண்டு சுடரா யொரு மூன்றுமாகிப்
      பொன்றாத வேதமொரு நான்கொடைப்பூதமாகி
அன்றாகி யண்டத்தகத்தாகி யப்புறத்துமாகி
      நின்றா னொருவ நீள்கழ னெஞ்சில் வைப்போம்.

மேளக்கட்டு ராமராவணா: *(பூவார்மலர் என்ற மெட்டு)*

ராமா ராவணா ராஜ்யம் ஆளவே
தேடுகின்றோம் உனைத் தேடுகின்றோம்   (ரா)

அங்கும் இங்கும் எங்கும் இருப்பாய்
எங்களுக்கு அருள் செய்திடுவாய்   (ரா)

முதலும் முடிவும் ஆனவனே
மூவுலகத்தை ஆள்பவனே   (ரா)

உன்னடி வணங்க நாடுகின்றோம்
பொன்னடி காணப் பாடுகின்றோம்   (ரா)

காட்சி 1

இடம்: பர்னக சாலை

மாரீசன் ராமன் குரலில்: *ஆ... சீதா, லட்சமணா (அபயம்).*

சீதை: இளையவரே! கேட்டீரா, உமது அண்ணன் குரலை!

லட்சுமணன்: ஆம் தாயே கேட்டேன்.

சீதை: அபயக் குரலைக் கேட்டுமா அவகாசமாக நிற்கின்றாய்?

லட்சுமணன்: கவலை வேண்டாம் தாயே. அண்ணனுக்கு ஒன்றும் நேராது.

சீதை: ஆனைக்கும் அடி சறுக்கும் என்று அறியாமல் பேசுகின்றீர். சீக்கிரம் சென்று அண்ணனை அழைத்து வாரும். ஏதாவது ஆபத்து நேர்ந்திருக்கும்.

லட்சுமணன்: *(பாட்டு – அரிகரி நந்தா என்ற மெட்டு – சுருட்டி)*

ஆபத் தணுகாதம்மா
அழவேண்டாம் சும்மா –
ஆபத் தணுகாதம்மா
தாடகையைவென்ற
தசரதர் மைந்தருக்கு
ஈடு இணையில்லை
நீடூழியாய் வாழ்ந்திடுவார்   (ஆ)

லட்சுமணன்: அன்னையே! எனதண்ணாவுக்கு ஆபத்து நேராது. மனக்கலக்கம் வேண்டாம் தங்களுக்கு!

சீதை: என்னதான் சொன்னாலும் என் மனம் தேராது, உன் அண்ணாவை பார்க்காமுன்! புறப்படு.

லட்சுமணன்: தங்களை இங்கு தனியாக விட்டுவிட்டா?

சீதை: ஆமாம்.

லட்சுமணன்: முடியாது.

சீதை: *(பாட்டு – மோகனம்)*

தாமதிக்கும் காரணமென்ன
சத்தத்தைக் கேட்டு
தாமதிக்கும் காரணமென்ன
மாமணவாளருக்கு
மாற்றுத்தாய் மகனன்றோ
ஆம் அதனால் சும்மா நின்றீர்
அய்யோஇது நன்றோ நன்றோ   (தா)

அண்ணன் சென்ற உடனே
அண்ணியைக் காத்து நின்றீர்
என்ன நடந்ததோ அங்கு
இட்ஷணம் ஏகுவீரே
சீதா லட்மணா என்று
சிந்தையைக் கலங்கவைத்த
கோதண்டபாணிக்கு
அலங்கோலம் என்னவோ தெரியேன்   (தா)

சீதை: நானே சென்று என் கணவரைத் தேடுகிறேன்.

லட்சுமணன்: தாயே, வேண்டாம். நீங்கள் செல்ல வேண்டாம்.

சீதை: என்னையும் போக விடமாட்டாய். நீயும் சென்று பார்க்கமாட்டாய். என்னதான் உன் எண்ணம்?

லட்சுமணன்: அண்ணனின் கட்டளைப்படி தங்களுக்குக் காவலாக இருப்பதே என் எண்ணம்.

சீதை: என்ன வர வேண்டுமோ அது எங்கிருந்தாலும் வரும். அண்ணன் கட்டளைப்படி நீர் இங்கேயே இரும். நான் சென்று பார்க்கிறேன்.

லட்சுமணன்: *(விருத்தம் – காம்போதி)*

அன்னையே போற்றி செய்தேன்
அடியேனைச் சோதிக்காதீர்
முன்னையே சென்றுவாரேன்
முகமது மலர்ச்சி கொள்ளும்...

துன்னிய பன்னகசாலையில்
துலங்கவே வீற்றிருப்பீர்
பின்னங்கள் நேராவண்ணம்
பார்த்துநான் அழைத்துவாரேன்...

லட்சுமணன்: இருதலைக் கொள்ளி எறும்பாகத் தவிக்கிறது என் நெஞ்சம். தாயே, நீங்கள் பன்னகசாலையிலே இருங்கள். நான் சென்று அண்ணாவை அழைத்து வருகிறேன்.

சீதை: சீக்கிரம் சென்று வாரும்.

(கோடு போடுதல்.)

லட்சுமணன்: அன்னையே எக்காரணம் கொண்டும் வெளியே வரவேண்டாம். எச்சரிக்கையாக இருங்கள்.

கட்டியர்கள்: *(பாட்டு)*

அப்பப்பா கோவிந்தா கோபாலா நாராயணா
அப்பப்பா கோவிந்தா கோபாலா நாராயணா

பின்னணி *(பாட்டு)*

அட்ரா அட்ரா நாக்கு முக்கு நாக்கு முக்கு நாக்க முக்க
அட்ரா அட்ரா நாக்கு முக்க நாக்க முக்க நாக்க முக்க
அட்ரா அட்ரா

கோபாலன்: கோவிந்தா, இரு இரு!

கோவிந்தன்: ஏன் கோபாலா பாட்டை நிறுத்திவிட்டாய்?

கோபாலன்: நம்ம ஏதோ பெருமாளின் பேரைச்சொல்லி வசூல் பண்ணிச் சாப்டுகினு திருப்பதிக்கு நடந்து பாடிண்டு போறோம்.

கோவிந்தன்: ஆமாம். அதான் நம்ம தொழில். அதற்கென்ன இப்ப?

கோபாலன்: பின்னணி பாடறவங்க வேல செய்யாம ஏமாற்றிச் சாப்டிரிங்களா? உங்கள அடிக்கிறோம் பாருன்னு பாடறாங்க.

கோவிந்தன்: ஏங்க, இஷ்டம் இருந்தா காசுபோடுங்க. இஷ்டம் இல்லன்னா காசு இல்லன்னு சொல்லுங்க. அடிக்கறம்னு ஏன் சொல்றீங்க?

பின்னணி நாராயணன்: அடிக்கிறோம்ன்னு சொல்லலப்பா. நீங்க பாடின பாட்டுக்குச் சொல்கட்டுப் பாடினோம். அவ்வளவுதான்.

கோவிந்தன்: அப்படியா?

கோபாலன்: *(பாட்டு)*

பார்த்தியாடா கோவிந்தா உங்க
பாட்டன் கால ராமன் க(ண)த

கோவிந்தன்: *(பாட்டு)*

கோடுபோட்டு சிறை வைத்த அந்த
கோலத்தையும் பார்த்தேனே

கோபாலன்: பெண்கள் தனியே வெளியே போகக்கூடாது. வீட்டுக்குள்ளே இருக்கணும்மா...

கோவிந்தன்: அந்தக் காலத்திலிருந்து அப்படியே ஒட்டிக்கிணு வருது இன்னும். இது மொத்தமா எப்ப மாறும்?

(உள்ளே செல்லுதல்)

ராவணன் சன்யாசி: *(பாட்டு – மோகனம்)*

மாயனுருவே மணிக்கோவே
மனதே குளிர்ந்தே மகிழ்வாக
மானிட வாழ்க்கையின் பலநேது
மனதே குளிர்ந்தே மகிழ்வாக

பொ. ராஜகோபால்

பொன்மேனி தோன்ற
புறமே வருவாய் புகழ் ஓங்க
அன்பாக அமுது அளித்திடுவாய்
புறமே வருவாய் புகழ் ஓங்க

ராவணன்: பிட்ஷாந்தேகி, பிட்ஷாந்தேகி...

சீதை: சுவாமி வணக்கம்.

சன்யாசி: வாழ்க நீடூழி! மாதர் குல மாணிக்கமே, இந்த பன்னகசாலை யாருடையது? இங்கிருப்பவர் யார்?

சீதை: சுவாமி! தசரத மன்னரின் புதல்வர், அன்னையின் சொற்படி வனவாசம் செய்ய வந்திருக்கிறார் தம்பியோடு. நீங்கள் கேள்விப்படவில்லையா அவர் திருப்பெயரை?

சன்யாசி: கேள்விப்பட்டேன். ராமன் தானே?

சீதை: ஆமாம். அவரேதான் என் கணவர்.

சன்யாசி: ஒ! நீதான் அந்தச் சீத்தாவா? புசிக்க ஏதாவது கொடு தாயே! பசிக்கின்றது.

சீதா: இதோ கொண்டு வருகிறேன். பெற்றுக் கொள்ளும் சுவாமி. ஆ! யார் நீ? *(அக்னி சுவாலை வீசுகிறது.)*

ராவணன்: *(பாட்டு – பைரவி, ரூபகம்)*

நானே ராவணன் நங்கை சீதா
நாடினேன் உந்தன் வடிவைக் காண
நானே ராவணன்
ஏனோ இவ்விதி நீவா என்னுடன்
இன்பம் பெறுவாய் கண்ணே
துன்பப் படுத்தேன் உன்னை   (நானே)

மங்கைப்பருவத்தில்
பெண்கள் அனேகர் உன்
தங்கச் சிலம்பணி பங்கயப் பாதத்தில்
பொங்கும் ஏவல் செய்ய மங்களமே பெற்று
சிங்காரமாய் நீ இலங்கையில் வாழ்குவாய்   (நானே)

ராவணன்: அஞ்சாதே சீதா! பரமனுக்குப் பக்தனாக, பார் மக்களுக்குக் கர்த்தனாக, எத்திசையும் போற்றிப் புகழ் பாடும் வித்தக வீரன் ராவணேஸ்வரன் நான்தான்.

சீதா: இரக்கமற்ற அரக்கனே! பெண்ணிடத்திலே வீரம் பேசுகின்றாய். இதிலிருந்தே தெரிகின்றது உன் வீரத்தைப் பற்றி!

ராவணன்: என் வீரத்தைப் பற்றி உனக்கு தெரியாது. என்
பின்னே வந்துவிடு.

சீதா: *(பாட்டு – சுருட்டி)*

பல்லவி:

யார் நீ எனை அழைக்க
அரக்கனே நீ   (யார்)

அனுபல்லவி:

இகூஷணம் என்கணவர்
இச்செய்தியை அறிந்தால்
பட்சணம் செய்திடுவார்
பாதகனே உன்னை   (யார்)

சரணம்:

கோமகனார் யீன்ற
கோதண்டபாணியும் கண்டால்
மோதல் விளைந்து விடும்
போதல் நல்லது காண்பாய்   (யார்)

ஆம் இனி அதைச் செய்யாவிட்டால்
அழிந்துபோகவே நேரும்
அய்யா சொன்னேன் அதை
ஆழமாய் யோசித்துப் பாரும்   (யார்)

சீதா: ராவணா! என் கணவர் உனைக் கண்டால் துண்டித்து
விடுவார் தலையை! வேண்டாம் விபரீதம்! போய்விடு.

ராவணன்: *(கந்தார்த்தம் – மோகனம்)*

விபரீதம் ஒன்றுமில்லை
விளக்கமாய்ச் சொல்லுகின்றேன்
தீபம்போல் திகழ்ந்திருப்பாய்
திருமகள் இலங்கை தன்னில்...

பாபமது செய்ய வந்த
பாதக ராட்சத ராமன்
காதகன் உனை காப்பானென்று

(பாட்டு – அட தாளம்)

எண்ணிடவேண்டாம்
மனமது குன்றிட வேண்டாம்
எட்டுத்திக்கிலும்

எந்தன் பேர் கேட்டாலே
கட்டுப்பட்டு அவர்
முட்டிஇட்டுச் செல்வார்   (எ)

(சிதையைப் பர்னகசாலையோடு எடுத்தல்)

கோபாலன்: கோவிந்தா! தூக்கினுப் போறாங்கடா.

கோவிந்தன்: என்னாத்தடா?

கோபாலன்: பன்னகசாலையோடு பெண்ணைத் தூக்கினுப்
போறாங்கடா.

கோவிந்தன்: *(பாட்டு)*

வந்து காட்சிதர வேண்டும்
வடமலை வெங்கடேசா
ஐயா வடமலை வெங்கடேசா

கோபாலன்: *(பாட்டு)*

இந்தக் கொடுமைகளை
யார் செய்தாலும் நல்லதல்ல
ஐயா யார் செய்தாலும் நல்லதல்ல

கோவிந்தன்: *(பாட்டு)*

பதவியோடு சுயநலமும்
சேர்ந்து வந்தால் என்னகதி
ஐயா நாட்டுக்கு என்னகதி

கோபாலன்: *(பாட்டு)*

சண்டை என்று சொன்னாலே
பெண்கள் தானா பலி ஆடு
ஐயா பெண்கள் தானா பலி ஆடு

கோவிந்தன்: *காட்ட நாட்டல்லாம் சுற்றி வந்துகிட்டிருக்கோம்.
நம்மக் கண்ணெதிர்லியே பேத்துத் தூக்கினு பறந்துட்
டாங்களேடா.*

கோபாலன்: *சும்மா விடக்கூடாது. வா போய்க் கேட்கலாம்,
ஏன் தூக்கினுப் போனான்னு.*

கோவிந்தன்: *எப்படிறா?*

கோபாலன்: *ஆ! விமானத்ல!*

காட்சி 2

இடம்: இலங்கை அரண்மனை

ராவணன்: *(திரைப்பாட்டு)*

> அரகரா சிவசிவா மகாதேவா
> அரனிட புதல்வனே மகாதேவா
>
> சிவ சிவா சங்கரா மகாதேவா
> சிவனிட புதல்வனே மகாதேவா
>
> மந்திரம் கற்றவரை மகாதேவா
> மண்ணில் உருளச்செய்வாய் மகாதேவா
>
> தந்திரம் கற்றவரை மகாதேவா
> தரையில் உருளச்செய்வாய் மகாதேவா
>
> என்னிட சபைதனில் மகாதேவா (ஓர்)
> இடர்வரப் போகாதையா மகதேவா   (அ)

ராவணன்: *(திரை விருத்தம் – நாட்டை)*

> வண்டலங்கு நுதற்றிசைய வயக்களிற்றின்*
> மருப்பொடிய அடர்ந்த பொற்றோள்
> விண்டலங்க ஞறவீங்கி யோங்குதய
> மால்வரையின் விளங்கமீதில் . . .
>
> குண்டலங்கள் குலவரையை வலம் வருவா
> னிரவி கொழுங் கதிர்தூழ் கற்றை
> மண்டலங்கள் பன்னிரண்டு நாலைந்தாய்ப்
> பொலிந்தவென வயங்க மன்னோ . . .
>
> *(திரை எடுத்தல்)*

ராவணன்: *(தர்பார் பாட்டு – மத்திமாவதி)*

> அண்டரெண்டங்களும்
> கொண்டதூராதி சூரன்
> துண்டர்களைக்கொல்லும் தச
> கண்ட ராவணேஸ்வரன்
> சண்டன் இவன் என மண்டலம் அதிர
> விண்டலத்திலுள்ள விண்மீன்கள் உதிர   (அ)

---

* கம்பராமாயணம் – ஆரண்ய காண்டத்தில் செய்யுள் 3, தொடர் எண் 560
(வண்டலங்கு . . .)

          பொ. ராஜகோபால்

களங்கமில்லாமலே
இலங்கை முழுவதும்
விளங்கவே யாளவல்ல
வீரன் ராவணேஸ்வரன்
விரைவுடன் வீரர் படையது சூழ
தரைதனிலுள்ளோர் நலமுடன் வாழ   (அ)

கோவிந்தன்: *(பாட்டு – அத்தானுக்கு என்ற மெட்டு)*

நாடு ரொம்பக் கெட்டுப் போச்சு
நல்ல ஆளத் தேடலாச்சி

கோபாலன்: *(பாட்டு)*

காடு கழனியெல்லாம் வீடா ஆச்சு
மாடு மேய்க்கும் நிலமும் போச்சு

ராவணன்: வளமார்ந்த இலங்கையில் களங்கமில்லாமல்
ஆட்சி செய்யும் ராவணேஸ்வரன்!

கோவிந்தன்: ஆமாங்க. கலக்கலே இப்போ இல்லீங்க.

ராவணன்: என்னது?

கோபாலன்: களங்கமில்லன்னு சொல்றான்.

ராவணன்: *(பாட்டு)*

பத்து சிரத்தோன்
இருபது கரத்தோன்
உத்தம குணத்தோன்
இத்தலம் படைத்தோன்
வித்தகன் நான் என வீணையை மீட்டிப்
பித்தன் மகிழவே பாடியே காட்டி   (அண்டரெண்ட)

ராவணன்: *(போற்றி விருத்தம் – பைரவி)*

வடியேறு திரிசூலம் தோன்றும் தோன்றும்
வளர்ச்சடைமேரிளை மதியும் தோன்றும்
கடியேறு கமழ்கொன்றைக் கன்னித்தோன்றும்
காதில் வெண்குழை தோடு கலந்து தோன்றும்...

மிடியேறு களிற்றிருவை போர்வை தோன்றும்
மெழிரிகழும் திருமுடியு மிலங்கித் தோன்றும்
பொடியேறு திருமேனி பொலிந்து தோன்றும்
புவனத்தின் புனிதனார்க்கே...

கட்டியர்கள் *(விருத்தம் – பைரவி)*

கோவிந்தன்:

படித்தாலும் மதனநூலைப்
படிக்கவேண்டும்
இடித்தாலும்
எல்லாக் கோயிலையும் இடிக்க வேண்டும்...

கோபாலன்:

குடித்தாலும்... பட்டைச் *(பாக்கெட்)*
சாராயத்தைக் குடிக்க வேண்டும்.
அடித்தாலும் பெற்ற தாயை
பல்லுதிர அடிக்க வேண்டும்...

ராவணன்: *காவலன்!*

கோவிந்தன்: *மகாராஜா!*

ராவணன்: வீணைக்கொடியுடைத்து, விண்முட்டும் புகழ்
படைத்து, வரம்பலவும் பெற்று அதனால் திறமது
உற்று, உரம்படைத்த ராவணேஸ்வரனைக் கண்டால்...

கோபாலன்: எப்படி இருக்கணுங்க?

ராவணன்: *(சந்த தர்க்கம்)*

கடகடென மடமுனிவர்
திடமுடனே தாள்பணிகின்றார்களா?

கும்பகர்ணன்: *(தர்க்கம்)*

மட்டிலாது யாகம் செய்யும்
குட்டிக் குறுமுனி முதல்
இட்ட முடன் பணிகின்றனரே!

ராவணன்: *(தர்க்கம்)*

எட்டுத்திக்கும் வட்டமிட்டால்
கட்டுப்பட்டு நின்றுமே
சொல்லுகின்றாரா என் நாமத்தை?

விபீஷணன்: *(தர்க்கம்)*

தட்டுப்பாடு விட்டுமே
கட்டுப்பட்டு யாவரும்
கொட்டும் பூக்களைப்போலே சொல்லுகின்றார்
(உன்) நாமத்தை.

ராவணன்: *(தர்க்கம்)*

> விட்டுவிடு என்றாலும் கட்டிப் பிடித்திழுத்துவரும்
> காளையனே இந்திரஜித்.

இந்திரஜித்: *(தர்க்கம்)*

> அட்டியொன்று மில்லாமல்
> கொட்டமிட்ட கொடியவரை
> அடித்துப் பிடித்ததம் செய்வேன்.

ராவணன்: *(தர்க்கம்)*

> இஷ்டமுடன் இலங்கையில் ...

மகோதரன்: *(தர்க்கம்)*

> திட்டமுடன் யாவரும்
> கஷ்டமில்லாமல் வாழ்கிறார்(கள்).

கோவிந்தன்: அதுமட்டுமில்லை மன்னா! குளிர்ந்த சோலையிலே, நிறைந்த காற்றினிலே ...

கோபாலன்: மலர்ந்த பூக்களைக் கண்டு, குயில் பாடுவதும், மயில்கள் ஆடுவதும், பூத்துக்குலுங்கும் பொக்கிஷமாக இருக்கிறது ராவணராஜ்ய இலங்கை!

ராவணன்: சந்தோஷம். அதுதான் எனக்குத் தேவை.

விபீஷணன்: அண்ணா! எங்கள் எல்லோருக்கும் தேவை உமது நல்லாட்சி மட்டும் அல்ல. உமது கானம் கேட்கவும் ஆசை.

ராவணன்: அப்படியா?

எல்லோரும்: ஆமாம் மன்னா!

ராவணன்: *(பாட்டு – கல்யாணி)*

பல்லவி:

> கூத்தா உந்தனைத் தொழுதேன்
> பார்த்தா பரவசம் அடைந்திடுவேனே   (கூ)

அனுபல்லவி:

> ஆதி ரூபகமாய்
> அட திருப்புடையாய்
> சாப்பு ஜம்பை யோடு
> ஏக தாளமாய் நின்ற   (கூ)

சரணம்:

தில்லையிலே தாங்கள்
எல்லையில்லாமல் ஆடி
வல்ல கூத்தன் என்று
வையகம் புகழ்ந்தது

அல்லல் படும் மக்கள்
அயர்ச்சியைப் போக்கவே
தொல்லுலகினில் பொன்னம்
பலத்தானைச் சேர்க்கவே   (கூ)

சூர்ப்பனகை: அண்ணா! அண்ணா!

ராவணன்: உம். நில். உதிரவெள்ளத்திலே உருண்டுபிரண்டு வரும் உதவாக்கரை நீ, எனை அண்ணா வென்றழைக் கின்றாய்! யார் நீ?

சூர்ப்பனகை: நான் தான் அண்ணா, உன் தங்கை சூர்ப்பனகை!

ராவணன்: என் தங்கை சூர்ப்பனகையா? என்ன இது கோலம்?

கோவிந்தன்: கோலமில்லை மகாராஜா ...

கோபாலன்: அலங்கோலம்!

கோவிந்தன்: அய்யையோ மகாராஜா! அநியாயமா அறுத்துட் டாங்க.

ராவணன்: என்ன? சரியாச் சொல்.

கோபாலன்: காது, மூக்கு, கையாள்ற பண்டம் எல்லாம் போச்சு!

ராவணன்: டேய், புலம்பாதே! சும்மா இரு. தங்கா என்ன நடந்தது, அழாமல் சொல்.

சூர்ப்பனகை: அண்ணா! பஞ்சவடியிலே வந்திருக்கிறார்கள் ராமலட்சுமணனென்று இரண்டு மானிடர்கள். அங்கே நான் சென்றேன் ...

காட்சி 3

இடம்: பஞ்சவடி
(திருப்புக்காட்சி)

(பர்னகசாலை அருகில் லட்சுமணன் அமர்ந்திருக்கிறான். சூர்ப்பனகை அங்கு வருகிறாள்.)

                                        பொ. ராஜகோபால்

சூர்ப்பனகை: *(பாட்டு)*

வந்தாள் சூர்ப்ப நங்கை மாது
    பஞ்சவடி நாடி
வாராள் சூர்ப்பநங்கை மாது
    கொஞ்சி விளையாடி
இலங்கை ராவணனின் தங்கை
    துலங்கும் அழகு விளங்கும் மங்கை (வ)

சூர்ப்பனகை: ஆஹா! யார் இவன்? ஓ அந்தக் கறுப்பன்
சொன்ன தம்பி இவன்தானா?

சூர்ப்பனகை: *(பாட்டு – ஏனோ எனை அழைத்தாய் என்ற*
மெட்டு)

பஞ்சவடி தீரத்திலே
கொஞ்சி விளையாடிடவே
வஞ்சனை செய்யாமல் நீவாராய்
வெகுஜோராய்
வஞ்சனை செய்யாமல் நீ வாராய்

தெளிந்த நீரோடையிலே
தேன்பாயும் சோலையிலே
தெள்ளு தமிழ்ப் பாடி நீ வாராய்
அள்ளி அணைக்க
தெள்ளு தமிழ்ப் பாடி நீ வாராய்   (ப)

பூந்தோட்டம் தானிருக்கு
பூமஞ்சம் மேலிருக்கு
பொன்னூஞ்சல் ஆடுவோம் வாராய்
பண்போடு நீயும்
பொன்னூஞ்சல் ஆடுவோம் வாராய்   (ப)

லட்சுமணன்: யார் நீங்க? சொல்லுங்கம்மா.

சூர்ப்பனகை: தெரியவில்லையா?

லட்சுமணன்: பெண்ணென்று தெரிகிறது. யார் என்றுதான்
தெரியவில்லை.

சூர்ப்பனகை: முதலில் நான் யாரென்று தெரிய வேண்டுமோ?
சொல்கிறேன் கேளும். கலைகள் அனைத்தையும் கற்றவனும்,
வரம்பல பெற்றவனும் உரமது உற்றவனும், கயிலைமலை
எடுத்தவனும், அந்தப் பரமன் நெஞ்சுருகப் பண் இசைத்த
வனும், இந்திரனை வென்றவனும், மூவுலகை அடக்கி
ஆளும் வீரன் ராவணேஸ்வரன் தங்கை, சூர்ப்பனகை!

லட்சுமணன்: ராவணன் தங்கை சூர்ப்பனகையா? வந்த காரணம் என்னம்மா?

சூர்ப்பனகை: நீங்கள்தானே லட்சுமணர்?

லட்சுமணன்: ஆமாம்.

சூர்ப்பனகை: உமது அண்ணன் ராமபிரானைச் சந்தித்தேன். ஆஹா ... அவர் என்ன அழகு? என்ன நடை?

லட்சுமணன்: ஓஹோ!

சூர்ப்பனகை: ஆமாம். உங்களைத்தான் சந்திக்கச் சொன்னார்.

லட்சுமணன்: எதற்காக?

சூர்ப்பனகை: (பாட்டு – கமாஸ், மத்திபம்)

ஆசை தீரவே என்னை
அணைந்தாலும் ஆகாதோ
பூசை புரிய வாராய்
புகழ் மணம் செய்ய நேராய்   (ஆ)

வீசிய மலர்க்கணையால்
பேசுதே எந்தன் நெஞ்சம்
மாசிலாமலே என் மாரா
நேசித்திடவே பாராய்   (ஆ)

சூர்ப்பனகை: ஏங்க, ரதியும் (மன்)மதனைப்போல் சதிராடி கலவை புரியலாம் வாங்க!

லட்சுமணன்: முடியாது!

சூர்ப்பனகை: முடியும்.

லட்சுமணன்: இஷ்டமில்லை.

சூர்ப்பனகை: நீங்கள்தான் எனக்குப் பொருத்தம்.

லட்சுமணன்: ஒருபெண் தன் ஆசையை இப்படி வெளிப் படுத்துவது பொருத்தமா?

சூர்ப்பனகை: மனதில் உள்ளதை நேரில் சொன்னால் என்ன தவறு? மறுபடியும் சொல்கிறேன், வாங்க.

லட்சுமணன்: (பாட்டு – மத்திமாவதி எங்கிருக்கின்றான் – என்ற மெட்டு)

(சட்) போடிப் போடி
காமவெறிபிடித்த
சோம சுந்ராங்கி நீயும்
போடிப் போடி

பொ. ராஜகோபால்

பாரடி நீ இங்கிருந்தால்
பதைக்கவே வாடுவேனே
பண்புடனே சென்று விட்டால்
பாரிலுனைப் போற்றுவேனே   (போ)

சூர்ப்பனகை: ஆசை நாயகா! *(கட்டிப்பிடிக்க வருகிறாள்)*

*(சூர்ப்பனகையை லட்சுமணன் பங்கம் செய்ததால்
சூர்ப்பனகையின் அலறல் கேட்டல்)*

காட்சி 4

இடம்: இலங்கை

ராவணன்: *(விருத்தம் – சிவரஞ்சனி)*

தங்கையைப் பங்கம் செய்ததால்
பொங்கமாய்ச் சிறை யெடுத்தேன்
மங்கையைக் கொண்டு வந்து
மங்களம்தான் முடிப்பேன்...

சீதை: *(விருத்தம்)*

அங்கமே பதறுதையோ
அறனே நான் என்ன செய்வேன்
சிங்காரஇலங்கையில் நான்
சீரழிய காலமாச்சே...

ராவணன்: *(தர்க்கம் மத்தியமாவதி – அண்ணா விடை
தந்தருள்வீர் என்ற மெட்டு)*

என்ன மனதைரியம்
எந்தன் தங்கையை இன்று
அங்க பங்கம் செய்திட
என்ன மனதைரியம்
சின்ன ராம லட்மணன்
பெண்ணென்று பார்க்காமல்
முன்பின் அறியாமல்
மூர்க்கமாய் நடந்திட   (எ)

சீதை: *(தர்க்கம்)*

வீரம் இது தானா
அன்னமிட வந்த பெண்ணை
கன்னமிட்டுத் தூக்குவது   (வீ)

ராவணன்: *(பாட்டு)*

> வீரம் அது தானா
> விரகமென்று சொன்னவளை
> வெட்டிச் சண்டைக்கழைப்பது   (வீ)

சீதை: *(பாட்டு)*

> கோரத்தனமாக நீ செய்த கொடுமைகள்
> பாரில் நடக்காது, நேரில் நில்லாதே போடா (வீ)

(ராவணன் உள்ளே செல்லுதல்)

கோவிந்தன்: *(தர்க்கம்)*

> ஆசையென்று சொன்னதினால்
> அறுத்திட்டார் அங்கங்களை
> பூசைக்குரியவரா இவர்கள்
> கருத்திலிருத்திச்சொல்வீர் நீங்கள்

கோபாலன்: *(தர்க்கம்)*

> காதலென்று சொன்னவளை
> மோதலுக்குத் தூது விட
> தூதுமனதிலெண்ணி இவர்கள்
> பாதகம் செய்துவிட்டார் உலகில்
> யாரிதைப்போலே செய்வார்

கோவிந்தன்: இது ரொம்ப மோசம், கோபாலா!

கோபாலன்: ஆமாம். ஏன் இப்படி நாசம் ஆகுது?

கோவிந்தன்: *(பாட்டு)*

> இன்னும் புரியவில்லையா கோபாலா
> இன்னும் புரியவில்லையா
> மண்ணில் பதவியைப்
> பிடிக்கவேண்டுமென்று
> மக்களைக் கேடயமாக
> ஆக்கிடும் இந்த மனிதனைப் பற்றி
>
> (இன்னும்)

கோபாலன்: *(பாட்டு)*

> நல்லாவே புரிந்துகொண்டேன் கோவிந்தா
> நல்லாவே புரிந்துகொண்டேன்
> நங்கையைப் பங்கம் செய்ததால்
> மங்கையைச் சிறையெடுத்த(ா)ர்

பொ. ராஜகோபால்

மத்தளத்தடிப்பது போல்
மாறி மாறித் தாக்குதல்   (ந)

சீதை: சுவாமி! என்று உங்களைப் பார்க்கப் போகிறோம்
என்று என்மனம் பதறித் துடித்துக் கொண்டிருக்கின்றது.
ராவணனை வதைத்துச் சிறை மீட்க வருவார் என்று
வாஞ்சையுடன் சொன்ன ஆஞ்சனேயன் என் நிலையை
உங்களுக்கு சொல்லவில்லையா சுவாமி?

காட்சி 5

இடம்: அசோகவனம்

ஆஞ்சநேயர்: *(வருகைப் பாட்டு – கமாஸ், மத்தியம்)*

சோபனம் சொல்ல
வந்தேனம்மணி அந்த
சுந்திர ராமச் சந்திர சுவாமியும்
அடைந்தார் ஜெயம் ஜெயம் ஜெயம் ஜெயம்
                                          (சோ)

சீதை: நான் இப்படியிருக்கின்றேன்; நீ களிப்புடன் ஆடி
வருகிறாய்!

ஆஞ்சநேயர்: ஆமாம். சந்தோஷம் தாயே!

ஆஞ்சநேயர்: *(பாட்டு)*

ஆபத்துவாந்தனாலே
இலங்கை அரக்கன் சாய்ந்தான்
அம்மா சொன்னேன் சொன்னேன்
அடைந்தார் ஜெயம் ஜெயம் ஜெயம் ஜெயம்   (சோ)

ஆஞ்சநேயர்: அன்னையே! ராவணனை வெற்றி கொண்டார்
ராமபிரான்.

சீதை: *(பாட்டு – வண்ணங்கொண்ட என்ற மெட்டு – சகானா,
மத்தியம்)*

வெற்றிபெற்றார் என்று
வந்து சொல்லிட்ட என்
வீர ஆஞ்சநேயா
பற்றித் துடிக்குது
பாவை எந்தன் மனம்
பார்ப்பதற்கு அவரை   (வெ)

சுற்றித்திரிந்து
துவண்டு விட்டீர்களோ
நெற்றி வேர்வையை
நிலத்தினில் கண்டீரோ
பக்தியாய் உங்களை
பார்த்திட நானுமே
பதறித் துடித்து ஓடியே வருகிறேன்   (வெ)

சீதை: வெற்றிகொண்ட வீரராகவனை விரைவினில் பார்க்க
வேண்டும். புறப்படு ஆஞ்சநேயா போகலாம்.

ஆஞ்சநேயர்: *(விருத்தம் – கேதாரகௌளம்)*

அம்மணி சொல்வேன் இப்போ
அவசரப்படவே வேண்டாம்
முன்னமே அலங்கரித்து
முகமலர்ச்சியோடு தாங்கள் ...

பின்னவே வரச்சொன்னார்
பிரியமாய் எம்பிரானும்
உண்மையைச் சொல்லுகின்றேன்
உதாசினப்படுத்த வேண்டாம் ...

சீதை: ஆஞ்சநேயா! என்ன சொல்கிறாய்?

ஆஞ்சநேயர்: தாயே! தங்களை நன்னீராடச் செய்து சகல
அலங்காரத்தோடு அழைத்து வரச் சொன்னார் அண்ணல்!

சீதை: நான் இருக்கும் இந்நிலையிலேயே காண வேண்டும்.
தாமதிக்க மனமில்லை, ஆஞ்சநேயா!

ஆஞ்சநேயர்: தாமதம் தவறில்லை தயாபரரே சொல்லி
விட்டார். விபீஷணரும் முடி சூட்டிக்கொண்ட கையோடு
ஆபரணங்களை அனுப்பிவிட்டார்.

சீதை: அவரே சொன்னாரா?

ஆஞ்சநேயர்: ஆம் தாயே.

திரிசடை & தோழிகள்: *(பாட்டு – வாருங்கடிப் பெண்ணே*
வாருங்கடி என்ற மெட்டு)

சந்தனம் சவ்வாதும் பூசுவோம்
சந்தோஷமாகப் பேசுவோம்
ஆபரணங்களைக் கொண்டுவந்து
அன்னை சீதைக்குப் பூட்டுவோம்   (ச)

கடக கங்கண காப்பு முதல்
கையில் யிறுக மாட்டுவோம்

கன்னிமயிலாம் சீதையென
காகுத்தன் மயங்கக் காட்டுவோம்   (ச)

ரத்தினக் கல்வைத்த முத்துப் புலாக்கும்
நெத்திச் சுட்டியும் சூட்டுவோம்
சுற்றுப் பில்லை வைத்துச் சீதை மகிழ
இத்தல மீதினில் பாடுவோம்   (ச)

சீதை: *ஆஞ்சநேயா! போகலாமா இப்போது?*

ஆஞ்சநேயர்: *(பாட்டு – கல்யாணி, மேல்சுருதி)*

வாரும் அம்மா எந்தன் தாயே
அண்ணலைக் காக்க
பாருலகினில் உந்தன்
கஷ்டமும் தீர்க்க

(சுருள்:) பட்ஷமுடன் நீயும் பார்க்க
இட்ஷணம் நான் கொண்டு சேர்க்க ... (வா)

(ராமன், லட்சுமணன் இருக்குமிடம் வருதல்)

பின்னணி: *(பாட்டு – மலைரா என்ற மெட்டு தோடி)*

அழைப்பார் என்று
எதிர்பார்த்து வந்தசீதா ஆ...
(முகம்) சுழிப்பால் மனம்வாடி தளர லானாள்
தயங்கிடாமல்   (அழை)

எடுத்தார் கோதண்டபாணியும்
விடுத்தார் கணை ராவணன் தலை விழ
அடுத்தார்க்கு அன்பாய் உதவி செய்யும் ஆ...
அண்ணல் ராமர்க்கு சீதைமேல் என்ன கோபம்
          (அழை)

(மக்கள் பேசுவதை ராமர் நினைத்தல்.)

(இருவரும் ஒருவரை ஒருவர் பார்க்கும்போது சீதை வணங்கி நிற்கின்றாள்.)

சீதை: *சுவாமி!*

ராமர்: எனைக் காக்க உனை மீட்டேன். ராவணனைக்
கொன்றது உனக்காக அல்ல. நீ எங்கு வேண்டுமானாலும்
போகலாம்.*

---

* கம்பராமாயணம் – யுத்த காண்டம் இரண்டாம் பகுதியிலிருந்து செய்யுள்
  எண் 64, தொடர் எண் 3989

சீதை: ஆ சுவாமி! தாங்களா பேசுவது ..?

காட்சி 6

இடம்: மித்திலாபுரி, கன்னிமாடத்தின் மேல்தளம்
(திருப்புக் காட்சி)

தோழி: *(பாட்டு – மத்தியமாவதி)*

தாம் தாம் தக
தத்தித்தோம் தகதாம்
தத்தித்தோம் ததிங்கண
ஜேம் ஜேம் தக
ஜெம்தரிகிட தகஜேம்
தாம் தாம் தக
தத்தித்தோம் தக
தீம் தாரதில்லானா
ஜெம்தரி
தகணக ஜெம்தரி
ததிமி தகிடதக
தளாங்கு தகதிகு
தக ததிங்கிணத்தோம்
மன்னன் ஜனகராஜன்
மகளாய் வந்த மாதே சீதா
வந்தனம்

சீதை: சகிமார்களே! என்ன விளையாட்டு விளையாடலாம்?
நீங்கள் தான் சொல்ல வேண்டும்.

தோழி: என்ன விளையாட்டு விளையாடலாம்?

சீதை: என்னையே கேட்கின்றாயா?

தோழி: இல்லை, நாளை தங்கள் சுயவரத்திற்கு மன்னர்கள்
வந்துகொண்டிருக்கின்றார்கள் பரிவாரங்களோடு
வீதியிலே! அதுவே அழகாகத்தான் இருக்கின்றது. அங்கே
பாருங்கள்.

தோழி: யானையின் பேரிலும் குதிரையின் பேரிலும், தேரிலும்,
பல்லக்கிலும், வருபவர்கள் தவிர நடந்தும் வருகிறார்கள்.
எப்படித்தான் தேர்ந்தெடுக்கப் போகிறீர்களோ?

பொ. ராஜகோபால்

கோபாலன்: யார் அதிகமா காரு பங்களா வச்சிருப்பாங்க பாருங்க!

கோவிந்தன்: அழகான ஆள் யார் பாருங்க, நம்ம சினிமா நட்சத்திரம் மாதிரி!

தோழி: எங்களுக்குத் தெரியும். நீங்க போங்க.

சீதை: ஆமாம். விளையாடுவதை விட வரிசை வரிசையாக வரும் இவ்வரசர்களைப் பார்த்தாலே விமரிசையாகத்தான் இருக்கின்றது. ஆஹா, முன்னே செல்லும் முனிவரின் பின்னேவரும் பச்சைத்திரு மேனியினைப் பார்த்தீர்களா?

தோழி: எங்கே?

சீதை: *(பாடல் – ஆனந்தபைரவி)*

மதயானையைப்போல் ஓர் விதமான நடையுடன்
வருகைசெய் உடையுடன் பெருவில்லுடன்
மாதவத்தொருமுனிவர் பின்னே வரும்
பச்சை வடிவம் கொண்ட பரம புருஷன்யார்

எதிர்காண காண இது அதிசயண்டி
மித்திலாபுரிமணிவீதி வெகுநயண்டி   (எ)

கைகண்ட உத்தண்ட கனமான கோதண்டம்
மிக்கதோர் மேனியோன் மெய்ஞானம் தோணுதே
அஞ்ஞானம் நீங்கியே அவரை மனம் நாடுதே   (எ)

(ராமன் சீதையை உற்று நோக்குகிறான், சிலை போல் நின்று)

பின்னணி *(பாட்டு – தோடி)*

பூரணச் சந்திர பிம்பமோ
பூங்காவனம் போலே
பூத்துக்குலுங்குமிவள்
பூரணச் சந்திர பிம்பமோ

காரணமில்லாமலே
காணுதே எந்தன் கண்கள்
பாராமல் இருந்தாலே
பார்க்குதே மனக்கண்கள்   (பூ)

விசுவாமித்திரர்: ராமா ஏன் சிலையாகிவிட்டாய்? புரிகிறது ராமா.

காட்சி 7

இடம்: ராமன் இருக்கும் இடம் (இலங்கை)

(சீதை தீ குளிக்கும் காட்சி)

சீதை: *(விருத்தம் – முகாரி)*

> எத்தனை நான் சொன்னாலும்
> ஏற்காது உங்கள் உள்ளம்
> பித்தனைப்போலே யானும்
> பிதற்றியே வாடுகின்றேன்...
>
> உத்தமி என்று என்னை
> உலகினில் யாவரும் சொல்ல
> இத்தலமீதினில் தீ
> இட்டுமே வளர்ப்பாய் அப்பா...

சீதை: இளையவரே! உமது அண்ணன் சொன்ன வார்த்தையைக் கேட்டு இனி என்னால் உயிர்வாழ முடியாது. தீ மூட்டுங்கள்.

பின்னணி: *(பாட்டு – பிலஹரி)*

> ஏதுக்கேன் கோபம் ராமா
> சீதைப் பெண்மீது   (ஏ)
>
> தூது கவ்வும் வேளை
> மோதுகள் புரிந்திட்டாய்
> வாதிட்டு வாழ்ந்தவளை
> வாவென அழைக்காமல்   (ஏ)
>
> பாதகம் என்ன செய்தாள்
> பாரில் உனக்காக
> நேரினில்தான் பிறந்து
> கோரி உனை மணந்து
> குவலயத்தில் வாழ்ந்தாள்   (பா)

(சீதை தீயில் இறங்குதல்)

> நினைவுதான் உனக்கில்லையோ
> நீ யார் என்று
> நினைவுதான் உனக்கில்லையோ
> கனவிலும் நினவிலும்
> கணவனே கதியென்று
>
> கருதியே வாழ்ந்தவளைக்
> கனிவுடன் ஏற்றிட   (நி)

                                   பொ. ராஜகோபால்

ராமா ராவணா ராஜ்யம் ஆளவே
தேடுகின்றோம் உனைத் தேடுகின்றோம்   (ரா)

அங்கும் இங்கும் எங்கும் இருப்பாய்
எங்களுக்கு அருள் செய்திடுவாய்   (ரா)

முதலும் முடிவும் ஆனவனே
மூவுலகத்தை ஆள்பவனே   (ரா)

உன்னடி வணங்க நாடுகின்றோம்
பொன்னடி காணப் பாடுகின்றோம்

ராமா ராவணா . . .   (ரா)

சுபம் சுபம் சுபம்